நசீபு

மு.அராபத் உமர்

டிஸ்கவரி பப்ளிகேஷன்ஸ்
எண்: 9, பிளாட் எண்: 1080A, ரோஹிணி பிளாட்ஸ்,
முனுசாமி சாலை, கே.கே.நகர் மேற்கு,
சென்னை-600 078. பேச: 99404 46650

நசீபு (சிறுகதைகள்)
ஆசிரியர்: **மு.அராபத் உமர்**©

NASEEBU (Short stories)
Author: **M.Arafath umar**©

Printed In India
வெளியீட்டு எண்: 0179
ISBN: 978-93-94762-45-9
First Edition: August - 2022
Pages: 104

Rs. 120

Publisher • Sales Rights

Discovery Publications
No. 9, Plot,1080A, Rohini Flats,
Munusamy Salai,
K.K.Nagar West, Chennai - 600 078.
Mobile: +91 99404 46650

Discovery Book Palace (P) Ltd
No. 1055-B, Munusamy Salai,
K.K.Nagar West,
Chennai - 600 078.
Contact : +91 87545 07070

discoverybookpalace@gmail.com
WWW.DISCOVERYBOOKPALACE.COM

இந்த நூலில் பிரசுரமாகியுள்ள எந்த ஒரு பகுதியையும் பதிப்பாளரின் எழுத்துபூர்வமான முன்அனுமதி பெறாமல் எடுத்தாள்வதோ, மறுபிரசுரம் செய்வதோ, மொழியாக்கம் செய்வதோ, அச்சு மற்றும் மின்னணு ஊடகங்களில் மறுபதிப்புச் செய்வதோ, காப்புரிமைச் சட்டப்படி தடை செய்யப்பட்டுள்ளது. இந்த நூலிலிருந்து குறிப்பிட்ட பகுதிகளை மேற்கோள்காட்டி புத்தக விமர்சனம் செய்ய, ஊடகங்களுக்கு மட்டும் அனுமதி உண்டு.

உங்கள் மொபைல் போனிலிருந்து ஸ்கேன் செய்து
'டிஸ்கவரி புக் பேலஸ்' மொபைல் ஆப்பை
டவுன்லோடு செய்து, புத்தகங்களை வாங்குங்கள்.

நன்றி

செம்மலர்

சிறுகதை

புக் டே இணைய இதழ்

பொருளடக்கம்

1. ஷஜ்தா — 15
2. கியாமத் — 26
3. வெம்மை — 44
4. இத்தா — 57
5. நசீபு — 68
6. பரக்கத் — 81
7. ஈமான் — 92

பானுக்களின் கதைகள்...

எழுத்தாளர் அ.கரீம்

தமிழ் இலக்கியத்தில் சிறுகதை வடிவம் நூறு ஆண்டுகளைக் கடந்துவிட்டது. இந்த நூறு ஆண்டுகளில் ஆயிரக்கணக்கான எழுத்தாளர்கள் வந்துவிட்டார்கள். பல்லாயிரம் கதைகள் எழுதப்பட்டுவிட்டன. ஆனாலும் எழுத்தாளர்களும் கதைகளும் தீர்ந்தபாடில்லை. புதிய புதிய கதைமாந்தர்களைச் சுமந்து கொண்டு புதியக் களத்தோடு கதைகள், அட்சயப் பாத்திரத்தைப் போல நில்லாமல் சுரந்துகொண்டே இருக்கின்றன. ஒரு தெருவின் கதைகளை மட்டுமே நீண்டகாலம் பேசிய, எழுதிய தமிழ்ச் சிறுகதை உலகம் எல்லோருக்குமான கல்வியால் கொஞ்சம் அதன் எல்லைகளை விரித்துள்ளது. இன்னும் விரித்துக்கொண்டே போகும்.

இப்போது பல தெருக்களின் கதைகளை தமிழ்ச் சமூகம் வாசிக்கத் துவங்கியுள்ளது. இன்னும் எழுதப்படாத தெருக்களின், மனிதர்களின் கதைகளும் இருக்கத்தான் செய்கின்றன. பெண்ணெழுத்து குறித்து நீண்ட காலமாகவே போதாமை இருந்துகொண்டுதான் இருக்கிறது. வெகு சிலரே எழுத வந்துள்ளார்கள். பலரையும் எழுதவிடாமல் பத்திரமாக, பாதுகாப்போடு வீட்டில் வைத்திருக்கிறோம். அவர்களின் கதைகள் எழுதப்படாத பக்கங்களாகவே மடிந்து, முடிந்து போகின்றன. அவ்வப்போதுகிடைக்கும் சிலரின்பக்கங்கள்தான் மூடி வைக்கப்பட்ட அவர்களின் உலகத்தைத் திறந்து காட்டுகின்றன. சில பக்கங்கள், நமக்குத் தெரிந்தாலும் தெரியாததுபோல பாவ்லா செய்துகொண்டு, நடித்துக்கொண்டு இருக்கிறோம். ஆனால் அது எப்போதாவது தனக்குக் கிடைத்த வாய்ப்பின்போது கூர் ஆயுதம் கொண்டு தாக்கச் செய்யும். அப்போது என்ன பதில் சொல்வது என்று தெரியாமல் அப்பாவியைப்போல நடித்து, நகர்ந்து போவோம். நகர்ந்து

போவதற்கு அல்ல அந்தக் கதைகள்; நம்மோடு நேரடியாக உரையாடல் நடத்தவே எழுதப்படுகின்றன. அராபத்தின் கதைகள், இஸ்லாமியச் சமூகப் பின்னணியில் உள்ள பல கதைகளை உரையாடலுக்கு அழைக்கின்றன.

ஒரு சமூகத்தின் மீது வீண்பழிச் சுமத்தி கூண்டில் ஏற்றும் நோக்கத்தோடு இந்தக் கதைகள் எதுவும் இல்லை. அநேகமாக எல்லாக் கதைகளும் ஏதோ ஒரு புள்ளியில் நடந்த ஒரு சம்பவத்தின் எழுத்து வடிவமே. அதை அப்படியே செய்தியாகக் கொடுக்காமல், ஒரு படைப்பாளியின் புனைவோடு முழுமை பெற்று வருகிறது. இன்னும் சொல்லப்போனால் சொல்லப்படாத மீதிக் கதைகளையும் சேர்த்தே பேசுகிறது.

திருமணத்தின்போது பேசிய வரதட்சணைத் தொகையைக் கொடுக்காத தகப்பனின் மரணத்தைப் பார்க்கவிடாமல் தடுத்த குடும்ப அமைப்பை விமர்சிக்கிறது. எந்நேரமும் கொண்டாடித் தீர்த்த தகப்பனின் உடல் 'கலிமா ஷாகதத்' சொல்லியபடி, அவள் வசிக்கும் தெருவின் வழியே கடந்து செல்லும்போது ஜன்னலின் வழியே சரியாகப் புலப்படாத தெளிவற்ற அப்பாவின் கடைசி முகம், பானுவின் அழுகுரல் பல பானுக்களை நினைவுபடுத்தும்.

''ஜமாத்தில் கேவலமா பேசுறாங்க'' என்ற குரலும், "நாளைக்கு அல்லாட்ட பதில் சொல்லித்தான் ஆகணும்" என்ற குரல்கள் இஸ்லாம் சமூகத்தில் உலாவும் சில நேர்மையான மனிதர்களையும் சேர்த்தே நினைவுபடுத்தும். அதே வாழ்க்கையைத்தான் ஆயிசாவின் வாழ்வும் பேசுகிறது. "அவுங்க என்ன கொடுமைப்படுத்தினாலும் மகளுக்காகச் செத்து மட்டும் போக மாட்டேன்" என்று பிடிவாதமாக நிற்கும், ஆயிசாவின் தூக்கில் தொங்கிய உடல், "இங்கெல்லாம் பொம்பளைப் புள்ளைங்களுக்கு அவ்வளவு மரியாதை கொடுப்போம்" என்ற குரல்கள் வெறும் சொல் மட்டும்தான். அவள் இறப்பைக் குறித்து வாசகர்களே கதையின் போக்கில் உணர முடியும். எல்லாச் சமூகத்திற்கும் அவள் இரண்டாம் மனுஷிதான் என்ற உண்மையைச் சேர்த்தே பேசுகிறது. பலநேரம் இரண்டாம் மனுஷியாக அல்ல, மனுஷி என்ற

வகைமையிலாவது வைத்துள்ளார்களா? என்று நேரில் பார்த்து மௌனமாகக் கடந்துபோன பல நிகழ்வுகள் சேர்ந்தே உள்மனம் கேள்வி எழுப்புகிறது.

ஷஜ்தாவில் தகப்பனின் இறப்பைப் பேசும் அராபத் வெம்மையில் மாமனாரின் இறப்பை ஃபஹிமா பாத்திரத்தின் வழியே மிக நேர்த்தியானக் கதையாக நகர்த்தியுள்ளார். இளம் பருவத்துக்குப் பின்பு தகப்பனோடு ஒருவார்த்தை அல்லது இரண்டு வார்த்தைகளோடு மட்டுமே கடந்துபோகும் பல மகன்களின் கதையைக் கனமாக எழுதியுள்ளார். நமக்கு நெருக்கமான உறவின் கடைசி 'ருஹூ' கண் முன்னால் போவதைப் பார்க்கும் துன்பத்தைவிடப் பெரும் கொடுமை உலகத்தில் வேறேதும் இருக்க முடியாது. அநேகமாகப் பலரும் கண்ணீரோடு கடந்துபோகும் கதையாக இது இருக்கும்.

அதே வடிவத்தில் இன்னொரு கதை 'நசீபு'வில் சுபைதா வீட்டில் அத்தாவோடு பேசுவதே கொலைக்குற்றம்போலக் கையாளும் குடும்ப வன்முறையை, இஸ்லாமியக் குடும்ப அமைப்பின் முறையில் உள்ள பிற்போக்கு மனநிலையைக் கதையாகப் பதிவு செய்கிறார்.

இப்போதெல்லாம் பெண்குழந்தைகள் வாப்பாவோடு பேசுவதைப்போல இருபது வருடத்துக்கு முன்புவரை இல்லை என்பதே உண்மை. ஒருசில இஸ்லாமிய வீடுகளைத் தவிர்த்து பெரும்பாலான வீடுகளில் மகளுக்கும் அப்பாவுக்கும் பெரிய இடைவெளி இருக்கும். அது இந்தியச் சமூகத்திற்கு உண்டான குணாம்சத்தோடு இருக்கும். ஆண் குழந்தைகளுக்குக் கொடுக்கும் உரிமைகளில் சிறிய அளவில்கூட பெண் குழந்தைகளுக்கு இருக்காது.

இப்போதுகூட எனது நெருங்கிய சொந்தத்தில் அப்பாவைப் பார்த்தவுடன் ஒரு குழந்தை நடுங்கியதைப் பார்த்து அதிர்ந்து போனேன். "ஒரு வார்த்தைக்கு கூப்பிட்டா வரமாட்டியா?" என்று தகப்பன் குரல் ஒலித்தபோது, அந்தக் குழந்தையின் முகத்தைப் பார்க்க முடியாமல், "என்ன இப்படி குழந்தைட்ட பேசுறீங்க!" என்று சொன்னபோது "பொட்டப் புள்ளைகள

இப்படித்தான் வளக்கணும் அண்ணா…” என்று எனக்குப் புத்தி சொன்னார். “அடிக்கிற அடில முதுகுத்தண்டு உடஞ்சிடணும் அண்ணா” என்று வெகு சாதாரணமாகச் சொன்ன பதில் இன்னும் என் காதில் கேட்டுக்கொண்டே இருக்கிறது.

‘நசீபு’ கதையில் வரும் ஒரு காட்சியில் “யாருகிட்டையும் சொன்னது இல்ல, நாளைக்குத் தூக்கிட்டுப் போகும்போது, ‘மையத்து இப்படி கணக்குதே பாதகத்தி எத மனசுல தூக்கிச் சுமக்கிற என்னானு தெரியலையே’ என்று சொல்லுவாங்க. அதானால உன்கிட்ட மட்டும் சொல்லுறேன். தாத்தா மரணிக்கும் போது பக்கத்து வீட்டு அம்மா, ‘கடைசி மன்னிப்பு கேளு அதுதான் வழக்கம்’ என்று எந்தக் குத்தமும் செய்யாத என்னை, ‘நான் உங்க மனசு கோணி ஏதாவது செஞ்சு இருந்தா மன்னிச்சுடுங்க’ என்று கேட்க வைத்ததைத்தான் இப்போதுவரை மறக்க முடியவில்லை!” என்று நா தழுதழுக்கச் சொல்லும் இடம் பல பானுக்களின், சுபைதாக்களின் குரல்! கடைசிவரை அடிமைகளைப்போல கையாளப்படும் பெண்களின் வாழ்வை எந்தச் சமரசமும் இல்லாமல் பல கதைகளாக நேர்த்தியாக எழுதியுள்ளார் அராபத்.

‘இத்தா’ கதை பலரையும் கேள்விகளால் உலுக்கும். அர்ஷியா சில கதைகளின் வழியே எழுப்பிய கேள்விகள், கீரனூர் ஜாகீர் ராஜா எழுப்பிய கேள்விகள், இன்னும் பலரும் எழுப்பிய கேள்விகள், ஜனநாயகக் குரல்கள் அப்படியே இருக்க, அவர்களின் அடுத்தடுத்த விடுபட்ட கேள்வியாக ‘இத்தா’வில் அம்மாவிடம் மகள் நடத்தும் உரையாடல், பலரின் கள்ள மௌனத்தின் மீதும் பலம்கொண்டு அடிக்கும் சம்மட்டி. மிக எளிதாக இந்தக் கதையை வாசித்துச் செல்ல முடியாது, குறிப்பாக இஸ்லாம் சமூக ஆண்கள் தப்பித்துப் போக முடியாத பலநூறு பெண்களின் ஆழ்மனக் கேள்வி.

எல்லாக் கதைகளையும் ஒரு அறிமுகவுரையில் சொல்லி விட்டால் பிறகு எதற்கு கதைகளின் தொகுப்பு? அறிமுகத்தில் சொல்ல முடியாத பல திறப்புகள் கதைகளை வாசிக்கும் போதுதான் அவரவர் பார்வையில் பலவற்றைக் கண்டடைய

முடியும். இந்தத் தொகுப்பு முழுக்க இஸ்லமியப் பெண்களின் வாழ்வை மையமிட்டே இருக்கிறது. இஸ்லாம் சமூகத்தில் எழுதும் ஆட்கள் குறைவு, வெகுசிலர்தான் தொடர்ச்சியாக எழுதிக்கொண்டு இருக்கிறார்கள். அராபத் தன்னுடைய முதல் தொகுப்பிலேயே கனமான பலவற்றைச் சமூக அரசியல் பார்வையோடு சுயவிமர்சனத்தோடு முன் வைக்கிறார்.

அராபத்தின் கதைக்களம் இஸ்லாமிய சமூக மக்களின் வாழ்வை, கதையின் போக்கில் எல்லோரும் புரியும்படியாக, தொந்தரவு இல்லாமல் அவர்களின் புழங்கு மொழியில் சரியான அளவில் தேவையான இடத்தில் கதைகளுக்குள் இருக்கிறது. ஒரு கதை எழுதப்படும் நிலத்தின், அந்நிலத்தின் மனிதர்களின் மொழி, பண்பாடு, வாழ்வுமுறை எல்லாம் சேர்ந்து அசல் முகத்தோடு ஒரு படைப்பு வரும்போதுதான் அது முழுமை அடைகிறது. இந்தத் தொகுப்பை வாசிக்கும் பலரும் சிறுபான்மை சமூகத்தின் பல்வேறு கலாசாரத்தையும், தேனி பகுதியில் வாழும் அவர்களின் வாழ்வையும் தெரிந்து கொள்வார்கள்.

பலநூறு கதைகளை எழுதும் ஆற்றலோடு அராபத் இருப்பதை இந்தக் கதைகளை வாசிக்கும் பலரும் உணரமுடியும். இந்தத் தொகுப்பு நிச்சயம் தமிழ் வாசகப் பரப்பில் தனக்கான இடத்தை உறுதி செய்துகொள்ளும்.

வாழ்த்துக்கள் அராபத்.

கோவை,
12.07.2022.

வாசிப்பு தந்த எழுத்து

வாசிப்பு என்றாலே தெறித்து ஓடும் என்னைப் போன்றவர்களுக்கும் எழுதுவது சாத்தியம் என்ற நம்பிக்கையை கொடுத்தது தமுஎகச, அறம் கிளை. எனது பள்ளிப் பருவத்திலிருந்தே புத்தக வாசிப்பு என்றாலே அதில் ஆர்வம் இருந்ததில்லை. பாடப்புத்தகத்தைத் தவிர்த்து வேறு எந்தப் புத்தகத்தையும் வாசித்தது இல்லை. என் திருமணத்திற்குப் பிறகு வீட்டில் நிறைய புத்தகங்களோடு இருக்கும் வாய்ப்பு கிடைத்தும் எனக்கு வாசிக்கத் தோன்றவில்லை. என் இணையர் அ.உமர் பாரூக் எழுதிய வாழ்வியல் நூல்களையும், நான் சார்ந்திருக்கும் அக்குபங்சர் மருத்துவம் குறித்த கட்டுரை நூல்களையும் வாசித்திருக்கிறேன். அதைக் கடந்து, கவிதையோ, நாவலோ, சிறு கதையோ வாசித்ததில்லை.

என் இணையரும், ஜெய்கணேஷ் அண்ணனும் நிறைய நாவல்களை வாசிப்பார்கள். தான் வாசித்த நாவல்களின் கதைகளை ஜெய்கணேஷ் அண்ணன் என்னிடம் சொல்வார். கதைகளின் மீது எனக்கு ஈர்ப்பு ஏற்பட்டு, வாசிக்கத் துவங்கினேன். அர்ஷியாவின் ஏழரைப் பங்காளி வகையறா, காமுத்துரை அவர்களின் முற்றாத இரவொன்றில், தேனி சீருடையான் அவர் களின் கடை. இந்த மூன்று நாவல்கள்தான் என் வாசிப்பு ஆர்வத்தைத் தூண்டின. அதன் பின் தமுஎகச, அறம் கிளையில் சேர்ந்தேன். முதலில் சின்னச்சின்னதாய் புத்தகத்தை வாசிக்கக் கொடுத்தனர். பின் அதைப் பற்றிய விமர்சனம் கேட்டனர். எனக்கு புரிந்ததை எழுதி கொடுக்க வேண்டும் அவ்வளவு தானே என்று எழுதினேன்.

தொடர்ந்து வாசிக்கும் உறுப்பினர்களுக்காக அறம் கிளை 'சிறுகதை பயிலரங்கம்' ஒன்றை ஏற்பாடு செய்தது. அதில் இணைய விருப்பம் கொண்டேன். எனக்குள் இருந்த பயத்தினால் இணையவில்லை. சிறுகதை எழுத வேண்டும் என்ற விருப்பம்.

ஆனால் எப்படி துவங்குவது ஒன்றும் புரியவில்லை. என்னைச் சந்திக்கும் போதெல்லாம் காமுத்துரை தோழர் கூறிக்கொண்டே இருப்பார் ''தோழர் ஏதாவது எழுதுங்க".

சிறுகதை எப்படி எழுத வேண்டும் என்ற தலைப்பில் தோழர் ஆதவன் தீட்சண்யா அவர்களுடன் கலந்துரையாட ஒரு வாய்ப்பு கிடைத்தது. அதில் நானும் கலந்துகொண்டேன். பேச்சு வடிவம், வரி வடிவம், கதையின் மைய கரு இப்படி நிறைய விஷயங்களைக் கூறினார். எனக்கு நூடுல்ஸை முன்னாடி கொட்டியது போல இருந்தது. ஒன்றுமே புரியவில்லை. முதலில் வாசிப்பைத் தீவிரப் படுத்துவோம், பின்பு எழுதத் துவங்கலாம் என்ற முடிவுக்கு வந்தேன்.

நீண்ட வாசிப்பிற்குப் பின் புரிந்தது, ஒரு கதையின் மையத்தை எப்படிப் புரிந்துகொள்வது என்று. ஒரு புத்தக வெளியீட்டு விழாவில் தோழர் ஆதவன் என்னிடம் "தோழர் இது போல உங்களுடைய புத்தகமும் வெளிவரணும்... சீக்கிரமா" என்றார். 'என்னையும் நம்பி எப்படி இவரால இப்படிக் கேக்கமுடியுது' என்று எண்ணி எனக்குள் சிரித்துக்கொண்டேன்.

என் கண் முன் நடக்கும் நிகழ்வுகளை, எனக்குள் ஏற்படுத்திய தாக்கத்தை வெளிப்படுத்த நினைத்தேன். என் முதல் கதையை எழுதி என் இணையரிடம் கொடுத்தேன்.

"இந்தக் கதையப் படிச்சுட்டு உங்கக் கருத்தைச் சொல்லுங்க..." என்றேன். அவர் இரண்டு நாள் ஆகியும் அதைப்பற்றி எதுவும் பேசாமல் இருந்தார். ''கதையப் படிச்சுட்டு எதுவும் சொல்லாம இருக்கீங்க ?" என்றேன்.

"கதைய எங்கம்மா" என்றார். இருவருக்கும் அதைப் பற்றிய பேச்சு நீண்டநேரம் தொடர்ந்தது. அவர் கூறிய விசயங்களில் இருந்து சாரத்தை எடுத்துக்கொண்டு மீண்டும் எழுதினேன். அதை என் இணையரிடமும், ஜெய்கணேஷ் அண்ணாவிடமும் கொடுத்தேன். இருவரும் கொடுத்த பாராட்டும் ஊக்குவிப்பும் இன்னும் எழுதத் தூண்டியது. அவர்கள் யோசனைப்படி கதையில் சில திருத்தங்களைச் செய்தேன். என் முதல் கதை செம்மலரில் வந்தது.

தமிழ்ச்செல்வன் அப்பா, ஆதவன் தோழர், மணிமாறன் தோழர், சீருடையான் தோழர், கரீம் தோழர் அனைவரின் ஊக்குவிப்பும் எனக்கு இன்னும் எழுத வேண்டும் என்ற ஆர்வத்தைத் தூண்டியது.

கதையைப் படித்துவிட்டு எனது தந்தை கொடுத்த தூண்டுதல், நான் சோர்ந்துபோகும்போதெல்லாம் கரம் கொடுத்து என்னை அடுத்த இடத்திற்கு நகர்த்திய என் இணையர், இன்னும் பின்புலமாக இருக்கும் ஜெய்கணேஷ் அண்ணா, காமுத்துரை தோழர், அறம் கிளை தோழர்கள் அனைவருக்கும் என் மனமார்ந்த நன்றிகள்.

என் வாசிப்பினையும், எழுத்தினையும் ஒழுங்கு செய்து, என்னைச்சரியானதடத்தில்செல்லவழிகாட்டிக்கொண்டிருக்கும் தமுஎகச அறம் கிளைக்கு நன்றிகள் பல.

இந்நூலிற்கு அழகிய அணிந்துரை வழங்கிய தோழர் அ.கரீம் அவர்களுக்கும், என் முதல் நூலினை வெளியிட்டு ஊக்கப்படுத்தும் 'டிஸ்கவரி பப்ளிகேஷன்' தோழர் மு.வேடியப்பன் அவர்களுக்கும் மிக்க நன்றி.

தோழமையுடன்,
மு.அராபத் உமர்
healerarafath@gmail.com

ஷஜ்தா

"இன்னும் எவ்வளவ் நேரம்கா இப்டியே அழுதுட்டு இருப்ப... இந்தா இந்த டீய்ய குடி... காலைல இருந்து எதுவும் சாப்டாம இருக்க. அழுகாதக்கா, கல்யாணம் முடிச்ச காலத்துல இருந்து இவிங்களுக்கு இதேதான் பொழப்பு..!"

பானுவுக்கு இன்னும் அழுகை பொங்கிக்கொண்டு வந்தது. அதிகாலையில் அண்ணனிடம் போனில் பேசியதிலிருந்து மனசு பட்ட பாடு அவளுக்கு மட்டும்தான் தெரியும். 'உடம்பு முடியாத அத்தாவ ஒருதடவ போய்ப் பார்த்துட்டு வரலாம்ன்னு கேட்டா, விடுவாங்களோ... என்ன சொல்லுவாங்களோன்னு பயமா இருக்கு' அழுகையுனூடே நினைத்துப் பார்த்தாள்.

காலை மணி பத்தை நெருங்கியிருக்க செல்போன் அழைக்கும் சத்தம் கேட்டு பானு ரூமுக்குள் நுழையவும், நஜீமும் குளித்து விட்டு பாத்ரூம் கதவைத் திறக்கவும் சரியாக இருந்தது.

செல்போனில் பானுவின் அண்ணன் பெயரைப் பார்த்ததும் முகத்தைக் கடுகடுவென்று வைத்துக்கொண்டு, செல்போனை பானுவின் கையில் கொடுத்தான் நஜீம்.

''கொஞ்சி கொலாவாம விசயத்த மட்டும் கேட்டுட்டு, போனை டக்குன்னு வய்யி..!" என்று கட்டளை இட்டான்.

"ம்ம்ம்" என்ற முணகலுடன் கையில் போனை வாங்கி மெதுவாக, "ஹலோ..." என்றாள் பானு.

"மா... அத்தா மவுத்தாயிட்டாரும்மா..! பன்னண்டு... ஒரு மணியாகிரும் மய்யத்த வீட்டுக்குக் கொண்டுவர" என்று சொல்லும் போதும், எதிர்முனையில் எந்த சத்தமும் இல்லாமல் அமைதியாக இருப்பதைக் கண்டு போனை வைத்துவிட்டான்.

மனசுக்குள் அழுத்திக்கொண்டு இருந்த துக்கம் வெடித்தது போல இருந்தது பானுவுக்கு.

"அத்தா... எங்களவிட்டுப் போய்ட்டீங்களே..!" என்று கதறி அழும் சத்தம் கேட்டு மாமியார், கொழுந்தன், நாத்தனார், கொழுந்தனின் மனைவி என்று எல்லோரும் உள்ளே வந்தனர்.

"என்னாச்சு அக்கா" என்று பானுவின் தோளை அழுத்தினாள் கொழுந்தன் மனைவி நிசா.

"நிசா... அத்தா இறந்துட்டாங்களாம்!" என்று சொல்லிக் கொண்டே அவளை அணைத்துக்கொண்டு அழுதாள்.

கால் உடைந்து அம்மாவீட்டுக்கு வந்திருந்த நாத்தனார். "ம்ம்ம்க்க்கும்ம், இதுக்குதே இப்படிக் கத்துனயாக்கும்... நான் கூட என்னமோ ஏதோன்னு நெனச்சு பயந்துட்டேன்" என்று சொல்லிக்கொண்டே தம்பியைப் பார்த்து, "நாம எப்படிப்பா போக முடியும்? நடந்த எல்லாத்தையும் மறந்துட்டு எந்த மொகத்தோட அங்க போய் நிக்கிறது..? என்னமோப்பா நீங்களே பாத்து முடிவு எடுத்துக்கோங்க!" என்று மெதுவாகக் கூறிவிட்டு வெளியேறினாள்.

"இப்போ எதுக்கு இப்படிக் கத்திக் கூப்பாடுப் போட்டுட்டு இருக்க... அக்கம் பக்கம் இருக்கவுங்க ஏதோ நம்ம வீட்டலதேன் எலவு விழுந்துருச்சுன்னு நினைக்கப் போறாங்க. என்னமோ புதுமையா அத்தாவ கண்ட புள்ள..." என்று முனங்கிக்கொண்டே வெளியேறினார் மாமியார்.

பானு, என்ன சொல்லுவதென்று தெரியாமல் கணவனைப் பார்த்தாள். இந்தச் சூழல்லகூட தன் கணவன் தனக்காக ஒரு வார்த்தை ஆறுதலாகப் பேசிவிட மாட்டானா என்று எதிர்பார்த்தாள். வழக்கம்போல் தோல்விதான் மிஞ்சியது.

அழுகையை அடக்கிக்கொண்டு, "ஏங்க ஆஸ்பத்திரில இருந்து கொண்டுவரவும் ஒருதடவ போய் மொகத்தப் பார்த்துட்டு வந்துரவா?" என்றாள்.

எந்தவித உணர்வும் இல்லாதவன் போல தலையைச் சீவிக் கொண்டே, "போனா அப்படியே போய்க்க, ஒறவ இத்தோட முடிச்சுக்க!"

இப்படியும் ஒரு மனுசனா என்று அதிர்ந்து உட்கார்ந்து விட்டாள் பானு. என்னதான் அத்தை மகன கல்யாணம் முடித்திருந்தாலும் அத்தை, மாமியார் ஆனதும் சுயரூபம் வெளிவந்து விடுகிறது.

இரண்டு பெண் குழந்தைகள் பானுவுக்கு. இவ்வளவு நாள் கணவன் வெளிநாட்டில் இருந்தான். வீட்டின் அதிகாரம் எல்லாம் அம்மாவும் அக்காவும்தான். ஏதோ கடமைக்கு பானுவுடன் குடும்பம் நடத்திக்கொண்டிருந்தான் நஜீம்.

நஜீமுக்கு எந்த நல்லது நடந்தாலும் அதற்கு அக்கா மட்டுமே காரணம். கெட்டது என்றால் அது மாமனார் வீட்டாரால்தான் என்ற முடிவுக்கு, பானுவைத் திருமணம் முடித்த 25 நாளிலேயே வந்துவிட்டான்.

பானுவுக்கு என்ன செய்வதென்று தெரியாமல் தவித்தாள். புர்க்கா அணிந்துகொண்டு, என்ன நடந்தாலும் பரவாயில்லை என்று ஒருமுறை தன் அத்தாவின் முகத்தைப் பார்த்துவிட்டு வந்துவிடலாமா என்று ஒருகணம் யோசித்தவள்... 'வெள்ளச் சேல கட்டுன அம்மாவ எப்படிப் பார்ப்பேன்? இது வெள்ள கலர்மா அவளுக்குத் திக்கு கலர்ல சேல கட்டுனாத்தேன் நல்லா இருக்கும்னு அத்தா அடிக்கடி சொல்லுவாரே... இப்போ எப்படி என் அம்மாவப் பாப்பேன்..!' என்று நினைக்கும்போதே பானுவுக்கு உள்ளம் நடுங்கத் துவங்கியது.

'இவரு சொன்னத மீறி நான் போனா, என் புள்ளைகளப் பாக்க விடமாட்டாங்களே. ரெண்டும் பொம்பளப் புள்ளைகளா பெத்து வச்சுருக்கேன். அதுகளையும் கூப்பிட்டுப் போனா, அதுகள கர சேக்குற வேல இருக்கு... அண்ணங்க எல்லாரும் அவங்கக் குடும்பத்தப் பார்க்கவே வருமானம் போதுமானதா

இல்ல... இந்த நிலைல நம்மளும் அங்க போய் கஷ்டத்தக் குடுக்கணுமா? யேன்... அல்லா... எனக்கேண்டா இந்த நிலம?' என்று மனதுக்குள் புலம்பியவாறே மறுபடியும் அழத் துவங்கினாள் பானு.

அருகிலிருந்த ஜன்னலில் மாமியாரின் குரல் "பாவம், அத்தாவ நெனச்சு நெனச்சு அழுகுதாக்கும். கொஞ்சங்கூட ஈரமில்லாம கட்டிக்குடுத்த காலத்துலருந்து என்னாவம்ம வலம செஞ்சுட்டாரு உங்க அத்தானு இம்புட்டு அழுக வேண்டிக் கெடக்கு... நடுவீட்டுல இப்படி அழுதுக்கிட்டிருந்தா வீடு வெளங்குமா?"

பானுவுக்கு ஆத்திரம் தாங்க முடியவில்லை... "காசு பணந்தே முக்கியமா? ஒங்ககூட பொறந்தவர்தான... எப்படி இப்படிக் கல்நெஞ்சா இருக்குறீங்க!" என்றாள் சற்றுக் கேட்கும்படியாக.

அதுவரை எதுவும் பேசாமலிருந்த நஜீம் அறையினுள் தலையை மட்டும் நீட்டி "என்ன வாய் நீளுது, பெரியவங்கங்குற மட்டு மரியாதயில்லாம!" என்று மிரட்டும் தொனியில் சொல்லிவிட்டு எதுவும் நடக்காதவன் போல வெளியில் வந்து அமர்ந்துகொண்டான்.

அழுதுஅழுது ஓய்ந்துபோன பானு கட்டிலில் அமர்ந்தவாறே தலையைச் சாய்த்தாள். கண்ணிலிருந்து வடிகிற நீரின் சூட்டை உணராதவளாய் பழைய நினைவுகளுக்குள் மூழ்கிக் கொண்டிருந்தாள்.

•●●•

பன்னிரண்டாம் வகுப்பு படித்து முடித்ததும் வீட்டிலேயே வைத்துக்கொண்டனர் பானுவின் அத்தாவும், அம்மாவும்.

மூன்று ஆண் குழந்தைகளுக்கு அடுத்துப் பிறந்ததால் அலாதி பிரியம் பானு மீது. பானுவை, 'அத்தா செல்லம்' என்றே சொல்லலாம். அத்தா வைத்திருந்த ஜவுளிக்கடை ஊரிலேயே பெரியது. சிறிய கடையாக இருந்து, பெரியதாக மாறியது பானுவின் பிறப்புக்குப் பின்னால் என்பதாலும் அவருக்குக் கூடுதல் பிரியம்.

பானுவுக்கு வீட்டுவேலைகளைப் பழக்க வேண்டும் என்ற அம்மாவின் முயற்சி கொஞ்சம் சிரமமாகத்தான் இருந்தது.

முதன்முதலாக தன் மகள் அடுப்பில் வேலை செய்யப் போகிறாள் என்று தங்கத்தில் புது வளையல் எடுத்துப் போட்டு அழகுப் பார்த்தார் பானுவின் அத்தா.

பானுவின் அம்மாவுக்கு மனதுக்குள் சந்தோசம் என்றாலும், 'போகிற எடத்துல அவளுக்கு எதிர்பார்ப்பு வந்து அது நெறவேறாமப் போச்சுனா தன்மக ஏமாந்து போய்ருவாளே'ன்னு தன் கணவரிடம் சற்றுக் கோபமாகக் கடிந்துகொண்டாள். "போதும்போதும் அத்தாவும் மகளும் வந்து வேலயப் பாருங்க" என்றாள்.

உடனே பானு முகத்தை சுளித்துவாறே "போமா... எப்ப பாரு, அதச் செய்யி இதச் செய்யின்னு ஏதாவது வேல குடுத்துக் கிட்டே இருக்க" என்றாள்.

கொஞ்சம் அதட்டும் தொனியோட "நாட்டுக்கே ராணி ஆனாலும் வீட்டுக்கு அவ பொண்டாட்டிதான். போற வீட்டுல மாமியாகிட்ட பேச்சு வாங்காம இருக்கத்தேன் இவ்வளவும் சொல்றேன். போய் வேலையப் பாரு."

பானு படித்து முடித்தபின் அந்த இரண்டு வருடம் வீட்டில் அண்ணன்களுடனும் அத்தா, அம்மாவுடனும் இருந்த நாட்கள், அந்த சந்தோசத்தை வார்த்தைகளால் கூறிவிட முடியாது.

பானுவைப் பெண்கேட்டு அவள் அத்தாவின் உடன்பிறந்த தங்கை, வீட்டுக்கு வந்தார். பானுவுக்கு மிகவும் சந்தோசம். யாரென்று தெரியாத ஒரு குடும்பத்தில் நுழைந்து எப்படி வாழ்க்கை நடத்துவதென்பதை யோசித்துப் பார்க்கக்கூட முடிய வில்லை அவளால். இது தன் சொந்த அத்தை வீடு என்றாலும், பானுவிற்கு சிறு வயதில் இருந்தே நஜீம் மச்சானையும் மிகவும் பிடிக்கும். சொந்த பந்தங்களின் திருமணங்களுக்குச் சென்றால் நஜீம் மச்சானைப் பார்க்கலாம் என்ற ஆசையில்தான் பெற்றோருடன் செல்லுவாள். அப்படி அவனைப் பார்க்கையில் மனம் குதூகலிக்கும்.

தன் தங்கை பெண் கேட்டு வந்ததில் பானுவின் அத்தாவுக்கு மிகுந்த சந்தோசம். “சின்ன வயசுலருந்து எம் புள்ளைய வளர்த்தத பக்கத்துல இருந்து பாத்துருக்கு, எம் புள்ளைய, என்னயவிட எந்தங்கச்சி நல்லா பாத்துக்கும். பையனும் நல்ல கம்பெனில வேல செய்யுறான், கை நிறைய சம்பளம் அவனுக்குக் கொடுத்தா நல்லா பொழைச்சுக்குவா’ என்று நினைத்து சரி என்பதுபோல தலையை அசைத்தார்.

“சரிண்ணே நாங்க கெளம்புறோம். சீக்கிரமா கல்யாணத்த வச்சுக்கிறலாம்” என்று சொல்லிவிட்டுக் கிளம்பினார்கள்.

பானு பூரிப்பில் இன்னும் அழகானாள். பானுவின் அத்தா தன் மனைவியிடமும், மகன்களிடமும் ஒரு வார்த்தைக்கூட கேட்காமல் சம்மதம் சொன்னது அனைவருக்கும் வருத்தம் என்றாலும், பானுவின் முகத்தில் தெரிந்த சந்தோசத்திற்காக அனைவரும் ஏற்றுக்கொண்டனர். பதினைந்து நாளில் நிச்சயம் முடிவானது.

பானுவின் அத்தா, நிச்சயத்தில் சபையார் முன்னிலையில், “நூறு பவுன் நகையும், அஞ்சு லட்சம் ரொக்கமும் வச்சுக் கொடுக்குறேன், மாப்ள அத வச்சு உள்ளூரிலேயே சொந்தமா தொழிலு எதாவது தொடங்கட்டும். எதுக்கு வெளிநாட்டுல போய் கஷ்டப்பட்டுக்கிட்டு” என்றார்.

தங்கச்சி ஏதோ சொல்ல வருவதற்கு முன் முந்திக்கொண்டு “கொஞ்ச நாள் கழிச்சு ஒரு புது கார் வாங்கிரலாம்மா, புள்ள பொறந்துருச்சுனா பைக்ல தூக்கிட்டு வர சிரமப்படுவாங்கல்ல” என்று அண்ணன் சொல்லி முடிப்பதற்குள் கனவில் மிதக்க ஆரம்பித்து விட்டாள் தங்கை.

கல்யாணத் தேதியை முடிவுசெய்து தடபுடலாக வேலைகளை செய்துகொண்டிருந்தனர். கல்யாணத்திற்கு, சரியாக பத்து நாட்களுக்கு முன் இரவு மூன்று மணிக்கு வீட்டுக்கதவை உடைப்பதுபோல யாரோ தட்டினர். எல்லாரும் பரபரப்பாக எழுந்து வெளியே வந்தனர். பானுவின் அண்ணன்தான் கதவைத் திறந்தார்.

“அண்ணே உங்க கட தீப்பிடிச்சு எரியுது. சீக்கிரமா வாங்க” என்றார் பதட்டத்துடன் கதவைத் தட்டியவர். ஒருவருக்கும்

என்னவென்றே புரியவில்லை. அண்ணன்களும், அத்தாவும் ஓடினர் கடையை நோக்கி...

•••

பானுவுக்கும், அம்மாவுக்கும் என்ன செய்வது என்று நிலைகொள்ளவில்லை. விடிந்ததும் சொந்தபந்தங்கள் எல்லாம் வந்து விசாரிக்க ஆரம்பித்தனர்.

பானுவின் அம்மாவுக்கோ தலைமேல கல்யாணத்தை வச்சுருக்கோம் பணத்துக்கு என்ன பண்ணப் போறோம்' என்ற பயத்தில் அழுதுகொண்டே இருந்தாள். பானுவும் அம்மாவிற்கு ஆறுதலாய்ப் பேசிக்கொண்டிருந்தாள்.

அத்தையும் விசாரிப்பதற்கு வீட்டுக்கு வந்தார். பானு அவளைப் பார்த்ததும் பயந்துபோய் "மாமி" என்று கட்டிக்கொண்டு அழுதாள். "ஏம்மா சின்னப் புள்ள மாதிரி அழுதுக்கிட்டுருக்க, ஒன்னுமில்லயே, அண்ணன் இருக்காரு எல்லாத்தையும் அவரு பாத்துப் பாரு. போ, போய் எதாவது சாப்டு, ஒன் அம்மாவுக்குக் குடிக்க ஏதாவது கொண்டு வா" என்றாள். பானுவின் மனதிற்கு ஆறுதலாக இருந்தது.

பொழுது சாய்ந்து இரவு தொடங்கும் நேரம் பானுவின் அத்தா வீட்டுக்கு வந்தார். அவரைப் பார்த்ததும் அம்மாவுக்கும், பானுக்கும் அழுகைப் பொங்கிக்கொண்டு வந்தது, "என்னங்க என்ன ஆச்சு?" என்றாள். "கட மொத்தமும் எரிஞ்சு போச்சு. எதுவும் மிஞ்சல" என்று கலங்கிய குரலில் சொன்னார்.

"ஏங்க, இன்னும் கல்யாணத்துக்கு பத்து நாள்தான் இருக்கு, நகையும் முழுசா செஞ்சு வாங்கல. எல்லாத்துக்கும் என்ன பண்ணப்போறீங்க?" என்று அழுதாள்.

"அல்லா இருக்கான் நல்லபடியா கல்யாணத்த முடிக்கலாம் நீ எதுவும் கவலப்படாத" என்று ஆறுதல் கூறிவிட்டு அமைதியாக ஏதோ யோசனையில் மூழ்கினார்.

•••

மறுநாள் காலையில் யாரிடமும் சொல்லாமல் பானுவின் அத்தா அவர் தங்கையைப் பார்க்கப் போனார்.

“வாண்ணே” என்று தங்கையின் குரல் உள்ளிருந்து கேட்டது. தன் தங்கையின் பக்கத்தில் வந்து அமர்ந்ததும், “எங்கம்மா மச்சானையும், நஜீமையும் காணோம்” என்றார்.

“உள்ளருக்காங்கண்ணே கூப்டவா?” என்றாள்.

“ம்ம்ம், கூப்டுமா கொஞ்சம் பேசணும்” என்றார். இருவரும் வந்து அமர்ந்தனர். நீண்ட அமைதிக்குப் பின், “நடந்தது ஒங்களுக்கே தெரியும். நான் சொன்னபடி நகைய இப்ப போட்டுறேன். பணம் கொஞ்சநாள் கழிச்சுக் குடுக்குறேன்மா கல்யாணத்தத் தள்ளிவைக்க வேண்டாம்மா” என்று சொல்லும்போதே குரல் கரகரவென ஆகி பேச முடியாமல் தவித்தார்.

உடனே தங்கையின் கணவன், “ஐயோ என்ன மச்சான் நீங்க... இதெல்லாம் சொல்லணுமா, இப்போ இருக்க சூழல்ல” என்று சொல்லி முடிக்கும் முன்பே, “நஜீமுக்கு தொழிலுக்கு நீ தர்றேன்னு சொன்னத நெனச்சு சங்கடப்பட்டுட்டு இருந்தான். எப்டியும் மாமா கொஞ்ச நாள்ல குடுத்துருவாருப்பா நீ எதுக்கு கவலப்படுறேன்னு இப்பதான் சொல்லிக்கிட்ருந்தேணே. நீங்க வந்திட்டீங்க. நீ போய் கல்யாண வேலையப் பாருண்ணே... அப்பறம் பாத்துக்கிறலாம்” என்றாள்.

தங்கையின் பேச்சு சற்று ஆறுதலாய் இருந்ததுபோல் தோன்றியது பானுவின் அத்தாவிற்கு.

•●●•

வீட்டில் ஆண்களின் பேச்சுசத்தம் கேட்டு நினைவுகளில் இருந்து திரும்ப எழுந்தாள் பானு. தலையில் சேலையை முக்காடு சரி செய்துகொண்டு அறையிலிருந்து வெளியே வந்தாள். நஜீமின் அண்ணனும், தம்பியும் சத்தம்போட்டுக் கொண்டிருந்தனர்.

“என்ன இருந்தாலும் பெத்த புள்ள... கடேசியா அத்தா மொகத்தப் பார்த்துட்டு வரட்டும்ணே விடு. நீ இப்படிச் செய்றது நாயமில்ல” என்றான்.

நஜீமுக்குக் கோபம் வந்தது “எது நாயம்ன்னு தெரியாமத்தான இருக்கேன். அவுங்க குடும்பத்தாலதான் எனக்கு அவ்வளவு பிரச்னையும்” என்றான்.

“ஜமாத்து வெளில காரி துப்பிட்டு இருக்காங்க” என்றான் நஜீமின் தம்பி.

நஜீமின் அம்மா ஆரம்பித்தாள் “ஏ... இதே ஜமாத்து முன்னாடி அவரு கொடுத்த வாக்க நெறவேத்துனாரா, வந்து என் கைய, கால புடுச்சு மக கல்யாணம் நின்னு போய்றக் கூடாதுன்னு அழுது பொலம்புனாரு. சரி அப்பறம் குடுப்பாருன்னு பாத்தா... இந்தப் பீடைய நம்ம தலைல கட்டுனதுக்கு அப்புறமா கடன் மேல கடன வாங்கி, சொன்னதச் செய்யாமையே விட்டுட்டாரு. சொந்தபந்தத்துகிட்ட யாரு அசிங்கப்பட்டா. எம் மகன் என்ன ஒண்ணுக்கும் ஆகாதவனா, எலவசமா பொண்ண கட்டிட்டு வர்றதுக்கு. கூடப் பொறந்தவருங்கிறதுக்காக எல்லாத்தையுமா ஏத்துக்க முடியும்..?” என்றாள்.

“என்னமோ பண்ணுங்க. ஆனா இதுக்கெல்லாம் அல்லாவுக்கு பதில் சொல்லணும்... ஞாபகத்துல வச்சுக்கோங்க” என்று சலிப்புடன் சொன்னான், நஜீமின் தம்பி.

“அவரு கேக்கும்போது நான் சொல்லிக்கிறேன், நீ போயி ஒன்னோட வேலையப் பாரு” என்றாள் நஜீமின் அம்மா.

பானு பேச எதுவும் இல்லாமல் மனம் வெறுத்து அறைக்குள் சென்றாள். தீக்கங்கின் மேல் நிற்பதுபோல இருந்தது. மனதிற்குள் தன்னைத்தானே நொந்துகொண்டாள்.

‘மூணு வேளயும் சோறு போடுறதுனால இவனுகளுக்கு அடிமையா இருக்கணுமா, யா அல்லா அன்னக்கே கல்யாணத்த நிறுத்தியிக்கலாம்ல. நான் என்னடா பாவஞ்செஞ்சேன். எனக்கு ஏன் இவ்வளவு கஷ்டத்தக் குடுக்குற. பக்கத்துத் தெருவுல அம்மா வீடு இருந்தும் இத்தன வருசமா போகக்கூட விடாம இப்படி வஞ்சகத்த வச்சிக்கிட்ருக்காங்க. இப்படி மனுசங்கள ஏண்டா படச்ச!” என்று புலம்பிக் கொண்டிருக்கும்போது, திருமணமான புதிதில் அவள் அம்மா கூறியது நினைவுக்கு

வந்தது... 'பானு உனக்கு எப்போலாம் மனசுக்குக் கஷ்டமா இருக்கோ அப்பெல்லாம் அல்லாட்ட தொழுது துவா செய்யி எல்லாஞ் சரியாப் போகும்.'

•●●•

ஒழு எடுத்து (முகம், கை, கால் கழுவி சுத்தம் செய்வது) தொழுகைக்கு நின்றாள். சஜுதாவில் (தொழுகையின் போது அவர்களின் நெற்றியை தரையில் படுவது போன்ற நிலை) செய்யும் துவாவை இறைவன் உடனே நிறைவு செய்வான் என்பது இஸ்லாமிய மக்களின் நம்பிக்கை. பானு சஜுதாவுக்குப் போனதும் "யா அல்லா, என்னோட கண்ணீர் உனக்குத் தெரியலையா? தப்பு பண்றவங்க எல்லாரும் நல்லாத்தான் இருக்காங்க. சஜூதாவில என்னுடைய துவா கபூலாக்கப் (நிறைவேற்ற) பட்டுச்சுனா, இன்னும் எனக்கு எதுக்கு இவ்வளவு கஷ்டம். நீ இருக்கியா இல்லையா? நீ உண்மையிலேயே இருந்தா என் அத்தா முகத்தை நா ஒருதடவையாவது பாக்கணும் ரப்பே" பிராத்தனை செய்து முடிக்கும்போது தூரத்தில் அந்த சத்தம் கேட்டது.

ஈரக்குலையை உலுக்கும் சத்தம்.

'கலிமா சஹாதத்' (இறந்தவர்களைத் தூக்கிச்சொல்லும்போது இஸ்லாமியர்கள் கூறும் வார்த்தை) சத்தம் மிகவும் அருகில் கேட்க ஆரம்பித்தது. பானு தன்னையும் அறியாமல் எழுந்து ஓடினாள். வாசல் கதவு வெளிப்புறமாகப் பூட்டப்பட்டிருந்ததைக் கண்டு அதிர்ந்தாள். சட்டென்று யோசனை வந்தவளாக கொழுந்தனின் அறைக்குள் ஓடி அந்த அறையின் ஜன்னல் வழியாக தன் பார்வையைக் கூர்மையாக்கினாள்.

மய்யத்தைச் சுமந்து வரும் ஜமாத்தாரின் குரல் மிக அருகில் கேட்க ஆரம்பித்தது. பானு ஜன்னல் கம்பிகளை இறுகப் பற்றியவாறு தன்னையும் மீறி கத்திவிடாமல் கட்டுப்படுத்திக் கொண்டாள். ஏதாவது ஓர் அற்புதம் நிகழ்ந்துவிடாதா? அத்தாவின் முகத்தைக் கடைசியாகப் பார்த்துவிட மாட்டோமா? என்ற தவிப்புடன் பானு காத்திருந்தாள்.

சந்தாக்கு (இறந்தவர்களைத் தூக்கிச் செல்லும் பெட்டி) பச்சை நிற துணியால் முழுவதுமாக மூடப்பட்டிருந்தது. துணியின் பச்சை நிறமே தெரியாத அளவுக்கு நிறைய மல்லிகைப் பூச்சரங்களை அதன்மேல் சாரைசாரையாகப் போட்டு வைத்திருந்தார்கள்.

“கலிமா சஹாதத்...” சப்தத்துடன் தன்னைக் கடந்து செல்லும் அத்தாவைப் பார்த்தாள். “அத்தா கடைசியா என்ன ஒரு தடவகூட பாக்காம போறீங்களே” என்று சத்தம் வராத வார்த்தையில் கூறினாள்.

‘அத்தா நான் எதுவும் தப்புப் பண்ணிட்டேனா..? உங்கள வந்து பாக்காததுனால என்மேல கோவமா..? என்ன மன்னிச்சுடுங்க அத்தா..!’ அவள் மனதுக்குள் புலம்பி முடித்தபோது, அத்தாவின் மய்யத்தைச் சுமந்துசென்ற சந்தாக்கு பானுவைக் கடந்து சென்றிருந்தது!

•●⬤●•

கியாமத்

“பாத்திமா அக்கா, பாத்திமா அக்கா... அக்கா... ” என்று பதட்டத்துடன் சத்தமிட்டபடியே, வீடு முழுக்கத் தேடினாள் சையதலி. மாடியில் துணிகளைக் காயப்போட்டுவிட்டு, மாடிப்படியிலிருந்து இறங்கிக்கொண்டிருந்தாள் பாத்திமா.

“ஏ...ம்மா... காலங்காத்தால ஏன் இப்படிக் கத்துற. காய்கறிகாரே தக்காளிய விலைய திடீர்னு கொறச்சுப் போட்டானா?” என்று வழக்கமான கிண்டல் தொனியில் சையதலியைப் பார்த்துக் கேட்டாள் பாத்திமா.

சையதலி அழுகையை அடக்கிக்கொண்டு இல்லை என்பது போல தலையை அசைத்தாள். வீட்டில் நிலவிய இருட்டில் அவள் முகம் சரியாகத் தெரியவில்லை.

“பின்ன என்னா..?” என்று கையிலிருந்த வாளியை குழாயடியில் வைத்துக்கொண்டே கேட்டாள் பாத்திமா.

பேச வார்த்தை வராமல், “அக்கா...” என்றாள் சையதலி. அப்போதுதான் அவளின் முகத்தை உற்றுப்பார்த்தாள் பாத்திமா. முகம் இருண்டுபோய் கண்களில் நீர் நிறைந்து மூச்சுவிடக்கூட முடியாமல் திணறிக்கொண்டிருந்தாள். சையதலியின் தோளை உலுக்கி “என்னதான்னு சொல்லுடி என்ன ஆச்சு?” என்றாள் பதட்டத்துடன்.

“அக்கா... ஆயிசா... ஆயிசா...” என்று அடுத்த வார்த்தை வராமல் தடுமாறினாள்.

“என்ன ஆச்சுடி ஏதும் சண்டையா, அவங்க வீட்டுக்காரர் அடிச்சுட்டாரா அவள, என்னன்னு சொல்லித் தொலை உசுர வாங்காம” என்றாள் கோபத்துடன்.

“இல்லக்கா... அவ... அவ... தொங்கிட்டாக்கா...” என்று சொல்லிவிட்டு கதறி அழுதாள். ஒரு நிமிடம் பாத்திமாவின் இதயம் நின்றதுபோல இருந்தது. நெஞ்சில் கைவைத்து “அல்லா...” என்றாள். உடல் வியர்த்து கை கால்கள் எல்லாம் நடுங்கத் தொடங்கியது.

“என்னம்மா சொல்ற ? ஒனக்கு எப்படித் தெரியும் ?” என்றாள்.

“அக்கா இன்னக்கி காலைல உழவர்சந்தைக்குப் போகணும்னு நேத்து சொன்னாக்கா. அதான் புள்ளைங்க ஏந்திக்கிறதுக்கு முன்னாடி போய்ட்டு வந்தரலாம்டு அவ வீட்டுக்கு போனேன். அப்பதான் அவங்களும் பாத்திருப்பாங்க போல, கீழ இறக்கிட்டு இருந்தாங்க. அவ மாமியார் கத்திட்டு இருந்துச்சு. தகஜத்து (அதிகாலை மூன்று மணி தொழுகை) நேரத்துலேயே செஞ்சுட்டா போலக்கா. என்னால அங்க நிக்க முடியல. ஆம்பளைங்க கூட்டோம் வேற, உள்ளபோயி அவள பாக்க முடியல. அதான் ஒங்களக் கூப்ட்டு போலாம்ன்னு வந்தேங்க்கா.” வெளியில் சிறு வேலையாக சென்றுவிட்ட கணவரிடம் போனில் தகவல் சொல்லிவிட்டு, புர்க்காவை அணியத் தாமதமாகும் என்று, அவசரமாக முந்தாணையை எடுத்துத் தலையோடு சேர்த்துத் தோளில் போர்த்திக்கொண்டு கிளம்பினாள் பாத்திமா.

சையதலியை அழைத்துக்கொண்டு அவசரம் அவசரமாக ஓடினாள். ஐந்து வீடுதான் தள்ளியிருக்கிறது ஆயிசாவின் வீடு என்றாலும் கால்கள் ஏனோ ஒன்றை ஒன்று பின்னிக்கொண்டு நடக்கவிடாமல் செய்தது. தெரு அவ்வளவு அகலமில்லை என்றாலும், இடது ஓரத்தில் மிகக் குறைந்த அகலத்தில் சாக்கடையிலும் தடுக்கி விடாமல், நடுவிலும் வந்துவிடாமல் நடப்பது அந்தத் தெருப் பெண்களின் பழக்கம். எந்த ஆண்

எதிர்ப்பட்டாலும், தலையைக் குனிந்து கொண்டவாறே நடையைத் தொடரவேண்டும். பாத்திமா ஊருக்குப் புதிதாக வந்தவள் என்பதால் இந்த நடைமுறை தெரியாமல் தெருவின் நடுவிலேயே நடந்தாள். தட்டுத்தடுமாறி ஒரு வழியாக ஆயிசாவின் வீட்டிற்குள் நுழைந்தார்கள் இருவரும்.

•●●•

பாத்திமாவுக்கு ஆயிசாவை ஏன் மிகவும் பிடித்திருந்தது என்பது அவளுக்கேத் தெரியவில்லை. வெகுளியான அவளின் குணமா? இல்லை அவளின் தங்கை வயதில் இருப்பதாலா? ஏதோ ஒன்று அவர்களுக்குள் அப்படி ஒரு அந்நியோன்யம் உருவாகியிருந்தது.

பாத்திமாவின் கணவர் வேலை செய்யும் வங்கியிலிருந்து சமீபத்தில் கிடைத்த பணிமாறுதலால் இந்த ஊருக்கு வந்து சேர்ந்தனர். வந்த ஒரு வாரத்திற்குள் ஆயிசாவைக் கடையில் பார்த்தாள். தலைக்கு எண்ணைகூட வைக்காமல் வறண்டு இருந்தாலும் பார்ப்பதற்கு அப்படி ஒரு லட்சணமான முகம். கழுத்தில் பாசியால் செய்த கருகமணி (தாலி), துவைத்து அப்படியே மடித்து வைத்ததுபோல கசங்கிய சேலை. கண்களில் ஒரு வெறுமை. ஆனாலும் அவளைப் பார்த்தவுடன் பல வருடங்கள் பழகினதுபோல ஒரு உணர்வு ஏற்பட, தானே சென்று தன்னைப் பற்றிய அறிமுகத்துடன் ஆயிசாவிடம் பேசினாள் பாத்திமா.

"பார்க்க ரெம்ப அழகா இருக்கம்மா, ஆனா ஏன் இப்டி டல்லா இருக்க?" என்றாள்.

ஆயிசா சிரிப்பைப் பதிலாக கூறிவிட்டு ஓரிரு வார்த்தைகள் பேசிவிட்டு சட்டெனக் கிளம்பினாள். சிறிது நேரமே பேசியிருந்தாலும் முதல் சந்திப்பிலேயே இருவருக்குள்ளும் அப்படி ஒரு நெருக்கம் உருவாகியிருந்தது.

•●●•

"அல்லா... ஆயிசாவுக்கு எதும் ஆகிருக்கக் கூடாது. என்ன நடந்திருந்தாலும் அவ உசுரோட இருக்கணும்டா" என்று

கண்கலங்க இறைவனைப் பிரார்த்தித்தவாறு வீட்டினுள் நுழைந்தாள். உள்ளம் நடுநடுங்க ஆயிசாவைக் கண்கள் தேடின. வீட்டில் நுழைந்தவுடன் ஹால், ஹாலைத் தாண்டியவுடன் முற்றம். முற்றத்திலிருந்து வலது பக்கம் ஆயிசாவின் அறை. அறைக்குள் கூட்டமாக ஆண்கள் அடைத்தவாறு நின்றிருக்க, அவர்களின் கால்களுக்கு இடையில் தெரிந்த சிறிய இடைவெளியில் மரக்கட்டிலின் கால் மட்டுமே தெரிய உள்ளுக்குள் பதற்றம் அதிமானது பாத்திமாவிற்கு.

சிறிது நேரத்தில் அவர்கள் விலகிச்செல்ல சிவப்புக் கலர் பட்டுச் சேலையை போர்த்திப் படுக்க வைத்திருந்த ஆயிசாவை பார்த்தாள்.

“ஆயிசா...” என்று கத்தியவாறே அவளின் அருகில் போய் நின்றாள் பாத்திமா.

“ஏம்மா ஏன் இப்படி செஞ்சுட்ட” என்று அருகிலிருப் பவர்களுக்குக் கேட்காதவாறு முணுமுணுத்தபடி, அவளது முகத்தைத் தொட்டுத் தொட்டுப் பார்த்தாள் பாத்திமா. சையதலி என்ன செய்வதென்றே புரியாமல் வைத்த கண் வாங்காமல் ஆயிசாவின் முகத்தையே பார்த்துக் கொண்டிருந்தாள்.

பாத்திமாவின் மனதுக்குள் ஆயிசா இறந்துவிட்டதை இன்னமும் ஏற்க முடியவில்லை. நம்ப முடியாமல் ஆயிசாவின் கன்னங்களைத் தொட்டுத்தொட்டுப் பார்த்தாள். உடல் குளிர்ந்து இருந்தது. அவளின் மென்மையான கன்னங்களைத் தொடும் போது கடினமாக இருப்பதை உணர்ந்தாள். ஆயிசாவிற்கு ஏதும் நடந்திருக்குமோ..? அல்லது கணவன், மனைவிக்கிடையில் கடும்சண்டை எதுவும் நடந்து இப்படி முடிவை எடுத்து விட்டாளோ..? என்று மனம் குழம்பியது.

இன்னும் அவளின் உடலைச் சற்று நெருங்கி தொட்டுப் பார்க்கலாம் என்று சென்றபோது, அருகிலிருந்த ஒரு வயதான பாட்டியின் குரல் கேட்டது, “ஷபுர் செய்யுங்கம்மா (ஷபூர் அமைதி) மையத்தத் தொட்டு அழுகக்கூடாது கனத்துப் போகும். பார்த்தவங்க தள்ளி வந்துருங்க.”

சையதலியின் கை பாத்திமாவின் தோளில் அழுத்துவதை உணர்ந்தாள். நிமிர்ந்து சையதலியைப் பார்த்தாள். அங்கே போகலாம் என்ற அவளின் கண் ஜாடையைப் புரிந்தவளாக மெதுவாக எழுந்து ஆயிசாவின் மாமியார் பக்கத்தில் போய் அமர்ந்தாள்.

• • •

ஆயிசாவின் மாமியார் கொடுமைக்காரி என்று கேள்விப் பட்டிருந்தாலும், பாத்திமாவிடம் அப்படி நடந்து கொண்ட தில்லை. பண வசதியினாலா? இல்லை அவள் கணவன் அரசு வேலையில் இருப்பதாலா? என்று தெரிய வில்லை. ஆயிசாவும் இதைப் பல தடவை ஆச்சரியமாகப் பாத்திமாவிடம் கூறிய துண்டு. ஆயிசாவை அக்கம்பக்கம் உள்ள எந்த வீடுகளுக்கும் போக மாமியார் இதற்குமுன் அனுமதித்ததில்லை. ஆனால், பாத்திமாவின் வீட்டிற்கு செல்ல அனுமதித்தது அவளுக்கே சற்று வியப்பாகத்தான் இருந்தது.

பாத்திமாவின் கணவர் காலையில் வேலைக்கு சென்றால் இரவுதான் வீடு திரும்புவார். ஒரே பையன் அவனும் சென்னையில் உள்ள இஞ்சினியரிங் காலேஜில் முதலாமாண்டு படித்துக்கொண்டிருக்கிறான். பாத்திமாவும் படித்தவள். பழகுவதற்கு இனிமையானவள். இந்த ஊருக்கு வந்த புதிதில் இந்த ஊரின் பழக்கவழக்கங்களைப் பார்த்துக் குழம்பிப் போனாள்.

மெயின் ரோட்டில் ஆண்கள் மட்டும்தான் நடக்க வேண்டும். பெண்கள் பஸ் நிலையத்துக்குப் போகவேண்டும் என்றாலும், சந்துகள் வழியேதான் போகவேண்டும். புர்க்கா அணியாமல் வெளியே போவதை அனுமதிக்க மாட்டார்கள். இவ்வளவு கட்டுப்பாடுகள் நிறைந்த ஊரில் பக்கத்து வீட்டு பெண்கள் தன்னுடன் பழகி இவ்வளவு நெருக்கமாவார்கள் என்று பாத்திமா நினைக்கவில்லை.

பகல் நேரத்தில் பாத்திமாவின் கணவர் வீட்டில் இல்லை என்பதால் தோழிகள் வீட்டிற்கு வருவதற்கு ஏதுவாக இருக்கும். ஆயிசாவிற்கு தினமும் ஒரு முறையாவது அவளைப் பார்த்

தால்தான் மனதுக்கு ஆறுதலாக இருக்கும். தினமும் கழுத்தை நெறிக்கும் அளவிலான வீட்டு வேலைகளை வேகமாக முடித்துவிட்டு மதிய நேரத்திற்கு சரியாக வந்துவிடுவாள்.

இருவரும் பழகிய குறைந்த நாட்களிலேயே ஆயிசா அனைத்தையும் அவளுடன் பகிர்ந்து கொண்டாள் உணவையும், மனதையும்.

தங்களுக்குள் நல்ல நெருக்கமும், புரிதலும் அதிகரித்திருப்பதை உணர்ந்த பாத்திமா, மீண்டும் ஒருமுறை ஆயிசாவிடம் கேட்டாள். "ஏண்டா இப்டி வெறுங்கழுத்தா இருக்க? ஒரு செயின் போடலாம்ல இன்னும் அழகா இருக்கும்ல" என்றாள் பாத்திமா.

"இல்லக்கா போட்டா ஏ மாமியா எவன பாக்கப் போறன்னு கேக்கும், எதுக்குக்கா இப்டியே இருந்துட்டு போறேன்" என்று சலித்துக்கொண்டு கூறினாள்.

"ஏண்டா ஓ வீட்டுக்காரு ஒண்ணுஞ் சொல்ல மாட்டாரா?" என்றாள் பாத்திமா.

"அவரு அவுக அம்மா பேசும்போது அமைதியாத்தே இருப்பாரு. அவருமே அப்டித்தே பேசுவாருக்கா" என்றதும், அடுத்து என்ன பேசுவதென்று தெரியாமல் வார்த்தைகளற்று அமைதியாக இருந்தாள் பாத்திமா.

•●●•

ஆயிசாவின் மாமியார் பக்கத்தில் அமர்ந்ததும், அவரின் கையை பிடித்து "ஏம்மா... என்ன ஆச்சு எதுவும் பிரச்சனையா?" என்று தொண்டை அடைத்து அழுதுகொண்டே கேட்டாள்.

யார் கேட்பார் துவங்குவோம் என்பதுபோல இருந்த அவர், பாத்திமா கேட்டதும், "என்னமா... இவளுக்குக் கொற வச்சோம். கட்ன காலத்துல இருந்து ஏ பெத்த புள்ள கணக்காத்தானே பாத்துட்டு இருக்கேன். யார்ட்டையும் போய் ஏதாவது கொற பேசிருக்கேனா. இப்டி செஞ்சி ஏந்தலையில மண்ணள்ளிப் போட்டுட்டுப் போய்ட்டாளே" என்று திட்டுவதையும் ஒப்பாரியாகச் சொன்னார்.

ஆயிசாவிற்கு ஒரு பெண் குழந்தை. அவளுக்குப் பன்னிரெண்டு வயது ஆகிறது. எங்கே அவளைக் காணோம் என்று கண்களால் தேடினாள் பாத்திமா. கண்ணில் தட்டுப் படாததால் ஆயிசாவின் மாமியாரிடம் கேட்டாள்.

“எங்கம்மா… ரேஷ்மாவ காணோம்” என்றாள்.

“அந்தம்மா அவங்க நன்னிமா (அம்மாவின் அம்மா) வீட்டுக் குப் போயிருக்குல, ரெண்டு நாளாகுது. இனி என்னாங்கு அந்த பச்சமண்ணு, தாயில்லாம என்னான்டு வளருமோ? இன்னும் நாளஞ்சு வருசத்துல ஒருத்தன் கைல புடுச்சு குடுக்கலாம்ன்னு நெனச்சுட்டு இருந்தே அதுவரைக்குமாவது உசுர கைல புடுச்சுட்டு இருந்துருக்கக் கூடாதா” என்று பாத்திமாவிடம் அழுதுகொண்டே பக்கத்தில் நின்றிருந்தவர்களிடம் தண்ணீர் தருமாறு சைகையில் கேட்டார்.

அடுத்தடுத்து வந்தவர்களிடம் அதே தொணியில் அச்சு பிசகாமல் மீண்டும் பேசத் துவங்கினார். அதிர்ச்சி இன்னும் குறையாத நிலையில் பாத்திமா மதிலில் சாய்ந்தவாறு ஆயிசாவின் முகத்தையே பார்த்துக் கொண்டிருந்தாள்.

•●●•

பாத்திமா ஆயிசாவிடம் பேசத் துவங்கிய புதிதில் முதலில் அதிர்ந்த விஷயமே ஆயிசாவுக்கு பதினைந்து வயதில் திருமணம் முடிந்ததைக் கேட்டுத்தான்.

உடனே சந்தேகம் வந்தது பாத்திமாவுக்கு, “ஏ ஆயிசா உனக்கு பதினஞ்சு வயசுனா உன் மாப்பிள்ளைக்கு இருபது வயசிருக் குமா.” என்றாள்.

“அக்கா, அவருக்கும் எனக்கும் பதினேழு வயசு வித்தியாசம். எங்களுக்குக் கல்யாணம் நடக்கும்போது அவருக்கு முப்பத்தி ரெண்டு வயசுக்கா” என்றாள் ஆயிசா.

“என்னது உனக்கு இவ்ளவு சின்ன வயசுல கல்யாணம் பண்ணுனதே தப்புன்னு நினைச்சுக்கிட்ருந்தா, அதுலயும் உங்க ரெண்டு பேருக்கும் இவ்வளவு வயசு வித்தியாசமா” சொல்லும் போதே பாத்திமாவின் குரலில் அதிர்ச்சித் தெரிந்தது.

“ஏண்டா உங்க வீட்ல நீ முடியாதுன்னு சொல்லிருக்க வேண்டியதுதான” என்றாள் பாத்திமா.

“ம்ம்ம்க்க்க்கும்ம்ம். அப்டியே ஏம்பேச்சக் கேட்டுட்டுத் தான மறுவேல. நீங்க வேற ஏ...ங்க்கா. இது எங்க ஊரு வழக்கம்க்கா. பொண்ணுகளுக்குப் பதினஞ்சுல கல்யாணத்த முடுச்சுறனும். அதுக்குமேல அவுகளுக்கு வச்சு பாதுகாக்க முடியாதாம். என்னமும் பண்ணிட்டு வந்துருச்சுகன்னா யாருக்கு அசிங்கம்னு செஞ்சு வச்சுருவாக. ஏழாவது, எட்டாவதுல படிப்ப நிறுத்திருவாக. ரெண்டு வருசம் வம்ம வளமைகளப் பழக்கிட்டு, பதினஞ்சுல கல்யாணம்.”

“அப்பறம் ஏ பசங்களுக்கு இவ்வளவு லேட்டா பண்றாங்க” என்று பாத்திமா கேட்டாள்.

”அது அவுக படிச்சுட்டு வேலைக்கி போய் சம்பாதிக்கணும். சொத்துக எதுவும் வாங்கணும், நல்ல சம்பாத்தியம் இருந் தாதானக்கா மதிப்பு. உள்ளூருலேயே சிலரு இருப்பாக, சிலரு வெளிநாட்டுக்குப் போய்ட்டு வருவாக. அதுலயும் சிலர் வீட்ல சின்னதுலேயே பேசி வச்சுருப்பாக.” என்று சாதாரணமாக மொச்சக் காயை உறித்துக்கொண்டே பேசிக் கொண்டிருந்தாள் ஆயிசா.

உடனிருந்த சையதலியும், ஷரிஃபாவும் கேலியாகக் கிண்டல் செய்தனர் ஆயிசாவை. ஷரிஃபாவும், சையதலியும் பக்கத்து வீட்டிலிருப்பவர்கள். இவர்களும் இந்த மதிய சந்திப்பிற்கு அடிக்கடி வருபவர்கள்தான்.

“ஏ...ங்க்கா... ஆயிசா வீட்டுக்காரு சும்மா வயசாச்சுன்னு நெனைக்காதீக. இப்பவும் ம்ம்ம்ம்ம் அதெல்லாஞ் சரியா நடந்துரும், வாரத்துக்கு நாலு நாளு”.

உடனே கோவம் வந்தவளாய் ஆயிசா, “ம்ம்ம்க்க்க்கும்ம்ம் நீங்கெல்லாம் சும்மாதான இருக்கீங்க எதையாவது பேசி வம்பு பண்ணனும் என்ட்ட.”

“அதுவும் சரித்தே. இவ ஏ குப்பி மவ (அத்தை மகள்) வம்பு பண்றாக. இல்லண்டு சொல்லுடி” என்று அவர்களுக்குள் செல்லமாக சண்டையிடுவதைப்போல பேசிக் கொண்டிருப்

பதைக் கேட்டு ரசித்தவாறு சமைத்துக் கொண்டிருந்தாள் பாத்திமா.

"சரிக்கா நா கெளம்புறன். அவுக வந்துருவாக வீட்ல இல்லாட்டி அப்டியே கோவோம் வந்துரும்" என்றாள் சையதலி. கூடவே ஷரிஃபாவும் கிளம்பிச் சென்றாள்.

அவர்கள் போனதும் மெதுவாகத் தயக்கத்துடன் துவங்கினாள் ஆயிசா, "அக்கா. அவள்க பேசுனத நீங்க தப்பா எடுத்துகாதீக. நீங்க படிச்சவுங்க இப்டி பேசுறது ஒங்களுக்குப் புடிக்குமா இல்லையாண்டு அவளுகளுக்குத் தெரியாது. சும்மா லொட லொடன்னு பேசுவாள்க. ஆனா நல்லவள்கதே" என்றாள்.

பாத்திமா ஆயிசாவின் பக்கத்தில் வந்து "ஏண்டா இப்டி சொல்ற, நா அப்டிலாம் நினைக்கமாட்டேன். இன்னொரு விசயத்தையும் நீ புரிஞ்சுக்கோ. இந்த மாதிரியான விசயத்த பேச ஆர்வமா இருக்காங்கன்னா. ஏதோ மிஸ் பண்றாங்கன்னு அர்த்தம். அது அவுங்களோட வாழ்க்கைல எதுவா வேணா இருக்கலாம். அதுனால அதப் பேசுனா ஒரு மன ஆறுதல் அவங்களுக்கு. விடு பேசிட்டு போகட்டும். நான்லா எதுவும் நினைக்க மாட்டேன்" என்றாள்.

"சரிடா நானே உண்ட்ட கேக்குணும்ன்னுதான் இருந்தேன். கல்யாணத்தப்போ நீ சின்ன பொண்ணு எப்படி சமாளிச்ச, கஷ்டமா இல்ல?" என்றாள் பாத்திமா.

"ஏங்க்கா கேக்குறீங்க அவுகள பாத்தாலே பயமா இருக்கும். ஏண்டா நைட்டு வருதுன்னு. ரொம்பக் கஷ்டங்க்கா. யார்ட்ட சொல்ல முடியும். சும்மாவே எங்க மாமியா டெர்ரரு. இதெல்லா தெரிஞ்ச்சுச்சு அவ்ளவுதான் 'இதுக்கா ஏ மவனுக்கு இம்புட்டு செலவழிச்சு கல்யாணம் பண்ணுனேன்னு' ஆரம்பிச்சுரும்."

"அப்பறம்... என்ன பண்ணுன" என்று ஆர்வமாய் கேட்டாள் பாத்திமா.

"அப்றோ என்ன கும்கி படத்துல சொல்லுவான்ல நாப்பது வயசுக்கு மேல அதுவே பழகிரும்னு, அப்டியே பழகிருச்சுக்கா." என்று சொல்லிவிட்டு, அவளையும் அறியாமல் கலகலவென்று சிரித்தாள்.

ஆயிசாவின் அழகான சிரிப்புக்குள் மூழ்கியவளாய் அவளை ரசித்துக்கொண்டிருந்தாள் பாத்திமா. சற்று நேரத்தில் நிதானத்திற்கு வந்த ஆயிசா, "கழுதைக்கு வாக்கப்பட்டா ஒத வாங்க கத்துக்கிறனும்ன்னு எங்க நன்னி சொல்லும்க்கா, அப்டியே போகுது" என்று அவள் சொல்லும்போது, கண்களில் ஒரு வெறுமையைப் பார்த்தாள் பாத்திமா.

"சரிங்க்கா நா கௌம்புறேன் இன்னக்கி. ஏ நாத்தனார் ஊர்ல இருந்து வர்றாக. எனக்கு இன்னோர் மாமியா" என்று சிரித்துக் கொண்டாள்.

"என்னாவா திடீருன்னு..?"

"இன்னக்கி ஒரு திடீர் கல்யாணோக்கா அதான் திடீர்ன்னு வர்றாக" என்றாள் ஆயிசா.

"அதென்ன திடீர் கல்யாணோம்" என்றாள் பாத்திமா.

"இனிமேதே பொம்பள பிள்ளைகளுக்கு இருவத் தொண்ணுலதே கல்யாணோ பண்ணனும்ன்னு சட்டோ கொண்டுவர போறாகலாம்ல. அதுனால இருவது நாளய்க்கு முன்னாடியே வச்சுட்டாக" என்றாள் ஆயிசா.

"மதியத்துக்கு மேல ஆயிடுச்சு இனி எண்ணாண்டு கல்யாணோ முடிச்சு வர்றவங்களுக்கு சாப்பாடு போட்டு அனுப்புவாங்க" என்று புரியாமல் கேட்டாள் பாத்திமா.

"இது சாய்ந்தர கல்யாணோக்கா, அசருக்கு (5 மணிக்கு மேல்) மேல மாப்ள வீட்ல இருந்து போய் தாலி கட்டி கூட்டிட்டு வந்துருவாக. பொண்ணு வீட்டு சைய்டு அவக சாப்பாட்டுக்கு சொல்லி அவக வீட்ல போடுவாக. மாப்ள வீட்ல அவக தனியா சொல்லிக்கிருவாக. கல்யாணோ முடுஞ்சதும் வெத்தல பாக்கு மட்டும் எல்லாத்துக்கும் குடுப்பாக. அவ்ளோ தா கல்யாணோம் முடிஞ்சிரும்" என்றாள் ஆயிசா.

பாத்திமாவிடம் கூறிவிட்டு, நாத்துனார் வருவதற்குள் வீட்டில் இருக்க வேண்டும் இல்லையென்று அதுவேறு புதுப்பிரச்சனை என்று யோசித்தவாறு வேகமாக வீட்டை நோக்கி நடந்தாள் ஆயிசா.

•●●•

ஒவ்வொருவராக பார்த்ததும் மையத்தின் (இறந்த உடல்) முகத்தை சேலையில் மூடினார்கள். விதவையாக இறப்பவர்களுக்கு வெள்ளைத் துணியால் உடலை போர்த்து வார்கள். சுமங்கலியாக இறந்தவர்களுக்கு அவர்களின் கல்யாண புடவையைக் கொண்டு உடலைப் போர்த்துவார்கள். ஒவ்வொருத்தராக வந்து ஆயிசாவின் முகத்தைப் பார்க்கும் போதெல்லாம் பாத்திமா ஆயிசாவையே பார்த்துக் கொண்டிருந்தாள்.

ஊரில் உள்ள பெரிய மனிதர் ஒருவர் வரும்போது அவருடன் ஆயிசாவின் கணவரும் வந்தார். பாத்திமா நிமிர்ந்து அவரின் முகத்தைப் பார்த்தாள். முகத்தில் ஒரு அமைதி, கவலை சிறிதுகூட இருப்பதுபோல தெரியவில்லை. கண்களில் சிறிதளவுகூட கண்ணீர் வரவில்லை. பாத்திமாவுக்கு ஏதோ நடந்திருக்குமோ என்று மீண்டும் மனதில் ஆழமாகத் தோன்றியது.

“எப்ப எடுக்க, ஜமாத்துல பேசியாச்சாப்பா” என்று அந்த பெரியவர் கேட்டதும், “மாமனார் வீட்டுக்குத் தகவல் சொல்லிருக்கு இன்னும் அரமணி நேரத்துல வந்துருவாக, பத்துக்கு எடுக்கலான்னு சொல்லுருக்கேண்ணே” என்று அடக்கமாக சொல்லிக்கொண்டிருந்தார்.

பாத்திமாவிற்கு எதுவும் புரியாமல் பார்த்துக் கொண்டிருந்தாள். என்னதான் நடக்கிறது, இப்படியும் ஒருவரால் இருக்க முடியுமா. ஆயிசா கணவரிடம் எந்த கலக்க மும் இல்லை. “சாகட்டும்ன்னு இருந்துட்டாரா, இவனுகளுக்கு என்ன நாப்பது நாள்ல புது மாப்ள ஆயிருவாங்கே. புள்ளைய யோசிச்சாங்களா. அது தாயில்லாம என்ன செய்யும்ன்னு” என்று மனதிற்குள் புலம்பிக் கொண்டிருந்தாள்.

பக்கத்தில்தான் ஆயிசா நாத்துனாரின் ஊர் என்பதால் தகவல் தெரிந்து சிறிது நேரத்திலேயே வந்துவிட்டாள். வந்ததும் ஆயிசாவின் அருகில் போய் அவளைப் பார்த்துவிட்டு அம்மாவின் பக்கத்தில் வந்து அமர்ந்தாள்.

"ஏ…னா இவளுக்கு என்னா கொறண்டு இப்டீ செஞ்சாளாம், இருக்க மாட்டாம ஏறி அடுச்சுட்டு திரிவா யாரு ஏதுங்கேட்டா இப்டி செய்வாளாக்கு. இருக்குறவகளுக்கு கெட்ட பேரா" என்று கடிந்து வார்த்தைகளைக் கொட்டிக் கொண்டிருந்தாள்.

•●●•

ஆயிசா சில நாட்களாகவே கவலையாக இருப்பதாகத் தெரிந்தது பாத்திமாவுக்கு. அழகான அவள் குழந்தை முகம் வாடியிருந்தது. "ஏண்டா… ஏ… இப்டி இருக்க, சரியா தூங்குறது இல்லையா கண்ணச் சுத்தி கருவளயோம் விழுந்துருக்கு என்னாச்சுடா..?" என்றாள்.

பாத்திமாவின் பேச்சில் தன்னுடைய தாயை உணர்ந்தாள் ஆயிசா. அவள் கேட்டதும் உள்ளே அடக்கி வைத்திருந்த கண்ணீர் மடையை திறந்து பீறிட்டு வெளிவருவதுபோல பாத்திமாவை கட்டிக்கொண்டு அழத் துவங்கினாள்.

"அக்கா… அவருக்கு ஏமேல கல்யாணோ முடிச்சக் காலத்துல இருந்து சந்தேகோ. ஒரு நல்ல சேல கட்டினாக்கூட பிடிக்காது. 'ஏ எவனப் பாக்கப் போற, நா ஒன்ன இப்டியே இருக்க சொன்ன. ஓ… இஷ்ட்டத்துக்கு மினிக்கிட்டு இருக்க. எவே சொன்னான்னு இப்டி செய்யுறன்னு' கேப்பாருக்கா. கல்யாணோ ஆன புதுசுல வெளிய போகும்போது ஒரு ஆளு என்ன பார்த்து சிரிச்சாரு, நானு லைட்டா சிரிச்சுட்டுத் தலைய குனுஞ்சுட்டே. வீட்டுக்கு வந்து கேட்டாரு. அது யாருன்னு..? நம்ம கல்யாணத்துக்கு வந்தவுக மாதிரி இருந்துச்சு. உங்க சொந்தக்காரு இல்லையாண்டு கேட்டே. 'எவேம் பாத்துச் சிரிச்சாலும் சிரிப்பியா. அவனுக்கும் உனக்கும் என்ன பழக்கமான்னு' கேட்டாருக்கா. எனக்குத் தூக்கிவாரிப் போட்ருச்சு என்ன தப்பு பண்ணேன்னே புரியல" என்று அழுதுகொண்டே சொல்லிக்கொண்டிருந்தாள்.

"கொஞ்சநாளைக்கு முன்னாடி பைக்ல கூப்ட்டு போனாருக்கா. கல்யாணோ முடிஞ்சதுலருந்து கூப்ட்டு போனதில்ல. திருந்திருப்பாருன்னு நெனச்சே. அப்போ எங்க ஸ்கூல் சார் ஒருத்தரு போனாரு. அவர பாத்ததும் எங்க சார்ங்கண்டு சொன்னதும் அவரே தாங்க்கா பைக்க நிப்பாட்டினாரு

அதுனால நா இறங்கிப்போய் பேசுனே ஒரு நிம்சத்துல வந்துட்டன். அப்போவே மூஞ்சிய கடுகடுன்னு வச்சுருந்தாரு. அப்றோ அத பத்தி எதுவு கேக்கல ஆனா மனசுல சந்தேகோ இருக்குன்னு நெனைக்கிறன்."

"ஏண்டா உங்க அம்மாட்ட... இல்லனா வீட்ல யார்கிட்டயாச்சு சொல்லிருக்கலாம்ல" என்றாள் பாத்திமா.

"ஏ கல்யாணம் முடிஞ்சு மூனு வருஷத்துல அத்தா இறந்துட்டாங்க... வெளிநாட்டுக்குப் போய் கஷ்ட்டப்பட்டு சம்பாதிச்சு என்னக் கரசேத்தது போக சின்னதா ரெண்டு வீடு கட்டுனாக. அதுல அம்மா ஒரு வீட்ல இருக்கிறாங்க. இன்னோரு வீட்டோட வாடக மாசோ ஒரு எட்டாயிரோ வரும் அத வச்சுத்தே அம்மா ஓட்டிட்டு இருக்கு. கல்யாணம் முடிஞ்சு அனுப்பும்போதே எந்த பிரச்சனையும் பண்ணாம அவக சொல்றத கேட்டுட்டு இரி. இனி என்னண்டாலும் நாங்க அவரு சொல்றதத்தாங் கேக்க முடியும்ன்னு அப்போவே சொல்லி அனுப்பிட்டாகளே, என்னத்த போய் சொல்றது. ரொம்பத் தாங்க முடியாம இவக செய்யும்போது சொல்லிருக்கன், கேட்டுக்கிருவாக. என்ன செய்ய முடியுங்க்கா. ஏன்னு கேக்க ஆம்பளக இல்லைல. அந்த ஆளு உண்மையிலேயே அவுக சொந்தக்காரவுகன்னுதான் சிரிச்சே, யார்ட்ட போயி சொன்னாலும் என்ன நம்புவாகளா..? சொன்னா நீ... ஏ... அவனப் பாத்து சிரிச்சேண்டுதா கேப்பாக. யார்ட்டையும் எதுவு சொல்றதில்லக்கா. அதுமட்டுமில்ல நம்ம வீட்டுக்கு, வயலுக்கு வேலைக்கு வர்றவுங்கள்ல ஒண்ணுரெண்டு பேர் சாப்பிடாம பசி கெறக்கத்துல வருவாங்க, அவங்க மொகத்த பார்த்து மனசு கேட்காம சிலநேரம் சாப்பாடு போட்டு கொடுப்பேன். அதுக்குங்கூட சந்தேகப்பட்டுத் திட்டுவாங்க. இந்த சீரழிவு வேணாம்க்கா, சாவு வந்தா நிம்மதியாப் போயிருவே" என்றாள் மனம் வெறுத்தவளாய்.

சொல்லிவிட்டு அவள் சென்ற பின்னும், அவளுடன் பேசிய வார்த்தைகளே பாத்திமாவின் நினைவுக்கு வந்துகொண்டே இருந்தது. பசியோடு தன் வீட்டுக்கு வேலைக்கு வருபவர்களைப்

பார்த்து, சாப்பிட்டார்களா என்று கேட்டு, சாப்பாடு தருவதைக் கூட தவறாக புரிந்துகொள்ளும் சந்தேகப் பேய்களா இவர்கள்..? என்று எண்ணும் போதே அவளின் உடல் சிலிர்த்தது.

எவ்வளவு நல்ல குணம் ஆயிசாவிற்கு. பசியோடு ஒரு மனிதனைப் பார்த்து எப்படி கண்டுகொள்ளாமல் இருப்பது? ஆயிசாவின் அத்தாவும்கூட அப்படித்தான் என்று அவள் அத்தாவைப் பற்றி பேசும்போது அடிக்கடி கூறியிருக்கிறாள். அத்தாவின் குணம் அப்படியே அவளிடமும் இருக்கிறது. எவ்வளவு பேச்சு வாங்கியும், இந்தப் பழக்கத்தை அவளால் மாற்றிக்கொள்ள முடியவில்லை. ஆயிசாவின் குழந்தை மனதை நினைத்து நெகிழ்ந்தாள்.

"யா அல்லா ஆயிசாவுக்கு சந்தோசத்த குடுறா" என்று அவளுக்காக பிரார்த்தித்துக் கொண்டாள். 'இவிங்களோடு வாழ்றதுக்கு சாவு வந்தாலும் நிம்மதியாப் போயிருவேன்' என்று ஆயிசா கூறியது மனதுக்குள் தோன்ற மிகுந்த வேதனையாக இருந்தது.

மறுநாள் ஆயிசாவைப் பார்த்ததும் "உன்ன மதியமே எதிர்பாத்தே. ஏண்டா லேட்டு, மனசுக்கு இப்போ பரவா இல்லியா" என்று பாத்திமா கேட்டதும் "அது நா கட்டைல போறவர விடாதுக்கா. நேத்து உங்கள்ட்ட பேசிட்டு போனதுல இருந்து போன எடுக்கவே இல்ல. ஏ போனுக்கு வாட்ஸ்ஸாப்ல ஒரு வீடியோ வந்துருந்துருக்கு, ஆனா அது யாரு நம்பர்ன்னு எனக்குத் தெரியாது. அவுகதே இந்த போனவே வாங்கிக் கொடுத்தாக அப்போல இருந்து எனக்குத் தெரியாம, நா தூங்குனதுக்கு அப்றோ செக் பண்ணுவாக. அப்டி பாத்துருப்பாக போல. ஒடனே கேக்க வேண்டியது தான. இன்னக்கி மதியோ சாப்ட வர லேட்டு, ஏங்க வேலையான்னு கேட்டதுக்கு மனசு சரியில்லன்னு சொன்னாக என்னன்னு கேட்டதுக்கு. நீதே அப்டி வீடியோ பாத்துட்டு இருக்கீல யாரு அனுப்புனது அன்னக்கி ரோட்ல சாருன்னு ஒருத்தண்ட்ட பேசினியே அவனான்னு கேக்குறாரு, இவுகல வச்சுட்டு எங்குட்டு நிம்மதியா இருக்குறது" என்றாள் ஆயிசா. அவள் பேச்ச மாற்றுவதற்கு "நேத்து ஏ...

அப்டி பேசிட்டு போன ஓ மகள யோசிச்சியா" என்று கோவப்பட்டாள் பாத்திமா.

"ஆமாக்கா அதனாலதான் இன்னு உசுர கைல பிடிச்சுட்டு இருக்கன். ஆனா ஒன்னுக்கா... இங்கெ வாக்கப்பட்டதுல முக்கியமா ஒன்னு தெரிஞ்சுக்கிட்டன்... ஏ மவள ஒரு காலேஜாவது படிக்க வச்சுட்டுத்தான் கல்யாணம் செஞ்சு வக்கனும்ண்டு. போன வாரோங்கூட கல்யாணோ நடந்துச் சுலக்கா... அந்த பிள்ளைக்குப் பதினெட்டு வயசுதான்க்கா. இவிங்களுக்கு எந்த கவர்மெண்டு வந்து சொன்னாலும் எல்லாருங் கண்ணையுங் கட்டிட்டு செஞ்சுருவாங்கக்கா. இப்டி சின்ன வயசுல செஞ்சு எம்மகளுக்கு இந்த சீரழிவு வேணாம்க்கா. என்ன ஆனாலும் இத மட்டுஞ் செஞ்சுருவே" என்று சொல்லிக் கொண்டே கண்களை துடைத்துக்கொண்டு வீட்டிற்குக் கிளம்பினாள் ஆயிசா.

பாத்திமாவுக்கு ஏதோ நினைவு வந்தவளாய் "ஆயிசா நில்லுடா இங்க ஒரு நிமிசம் வா" என்றாள். அருகில் வந்து "என்னக்கா..." என்றாள். "ஆயிசா நா ஒன்னு சொன்ன செய்வியாடா" என்றாள் இளகிய குரலுடன் பாத்திமா.

"ஏக்கா... இப்டி கேக்குறீங்க சொல்லுங்க்கா..." என்று அவளின் கைகளைப் பிடித்துக் கேட்டாள்.

"எப்பவும் எந்த காரணத்துக்கும், நீ எதுவுஞ் செஞ்சுக்கக் கூடாது" என்றாள்.

"அக்கா..." என்று சிரித்துக்கொண்டே "கோவத்துல சொன்னேக்கா. அப்டிலாம் எதுவுஞ் செய்ய மாட்டன். அந்தளவுக்கு கோழயில்லங்க்கா. அப்றோ கியாமத்துல (தீர்ப்பு நாள்) அல்லாகிட்ட யாரு பதில் சொல்றது?" என்றாள்.

சிரித்துக்கொண்டே "சரிடா போய்ட்டு வா" என்றாள் பாத்திமா.

•●●•

ஆயிசாவுடனான நினைவுகள் பட்டென்று அறுபட்டு திடுக்கென்று நிமிர்ந்தாள் பாத்திமா. "அம்மா..." என்று

அலறியடித்துக்கொண்டு ஆயிசாவின் அருகில் வந்து விழுந்தாள் ரேஷ்மா. பின்னாடியே ஆயிசாவின் அம்மாவும் வந்தார்.

"ஏம்மா... என்ன நீயும் விட்டு போய்ட்டீயே. நா தனியா அனாதையாயிட்டேனே. ஓ பிள்ளய நெனச்சுப் பாத்தியா. இனி அது காலோ எங்குட்டுச் செல்ல. இந்தக் கோலத்துல ஒன்னய பாக்கவா நா இன்னும் உசுரோட இருக்கன்" என்று நெஞ்சில் அடித்து அழுது கொண்டிருந்தார். ரேஷ்மாவின் கண்ணீரையும், அவள் அம்மாவை இழந்து தவிக்கும் நிலையை அங்கிருந்த வர்களால் பார்க்க முடியவில்லை. பாத்திமா எழுந்துபோய் ரேஷ்மாவைத் தன்னோடு அணைத்துக் கொண்டு அழைத்துச் சென்றாள். கூட்டத்திலிருந்து ஒரு குரல் வந்தது.

"இனி என்னா குளுப்பாட்ட ஆரம்பிக்க வேண்டியதுதான, இப்ப ஆரம்பிச்சா நேரோஞ் சரியா வரும். மையத்த தூக்குறதுக்கு."

குளிப்பாட்டுவதற்கு நான்கு நபர்கள் தேவைப்படும். ஒருவர் ஓதிக் கொண்டே தண்ணீர் ஊற்ற வேண்டும். ஒருவர் தண்ணீரும், பொருட்களும் எடுத்துத் தருவதற்கு, பின் இருவர் கபன் (வெள்ளை) துணி அணிவிக்கும் போது அந்த மையத்தைத் தூக்குவதற்கு. வழக்கமாக ஊரில் மையத்து குளிப்பாட்டுவதற்கு என்று ஒருவர் இருப்பார். அந்த பெண் ஆயிசாவின் மாமியாரிடம் வந்து "யார் யார்க்கா ஏங்... கூட நிக்றீக" என்றாள்.

பாத்திமா ஆயிசாவை மண்ணறைக்கு அனுப்பும்வரை உடனிருக்க வேண்டும் என்ற விருப்பத்தில் "அக்கா நா இருக்கங் கூட" என்றாள். உடனே ஆயிசாவின் மாமியார் கடுகடுத்த முகத்துடன் "யாரு வேணா... நீ, நா, ஏ மக இருக்கோம்ல போதும் இத செய்யுறதுக்கு ஊர கூப்ட்டு நடுமன நிப் பாட்டனுமாக்கு" என்று பாத்திமாவின் முகம் சுளிக்கும் அளவிற்கு கடுமையாகப் பேசினார்.

பாத்திமாவுக்கு அங்கு நிற்க முடியவில்லை. அவளே இல்லை இனி இங்கிருந்து என்ன செய்வது என்று முடிவுசெய்து அழுதுகொண்டே வீட்டிற்குக் கிளம்பினாள்.

மையத்தைக் குளிப்பாட்ட தண்ணீர் தேவையானப் பொருட்கள் எல்லாம் எடுத்துவைத்து பின் குளிப்பாட்டத் துவங்குவார்கள். குளிப்பாட்டுவதற்குமுன் ஒழு (சுத்தம் செய்யும் முறை) செய்வது வழக்கம். அப்போது மல துவாரத்தையும், பிறப்புறுப்பையும் அவர்களின் பெண் குழந்தைதான் சுத்தம் செய்ய வேண்டும். மையத்தின் ஆடைகளை கழற்றுவதற்கு முன் குளிப்பாட்டும் பெண், ரேஷ்மாவை அழைத்துவரச் சொன்னாள். ரேஷ்மாவை ஆயிசாவின் அம்மா கூட்டிக்கொண்டு அருகில் வரும்போது "அதெல்லாம் ஒன்னு வேணா பச்ச புள்ளைய கூப்ட்டுகிட்டு வந்துருவ கூறில்லாம. இந்த நெலமைல அது அவுக அம்மாவ பாக்கணுமா" என்றாள் ஆயிசாவின் மாமியார்.

"ஏ... நம்மதெ புள்ளக்கிப் புரிய வைக்கணும், அதுக்குண்டு அல்லா சொன்ன கடம இல்லண்டு போகுமா?" என்றார்.

அங்கே கூடியிருந்த ஒரு பெண், "அவகஅவக சோலியப் பாருங்க, அடுத்தவக வீட்ல வந்து நாட்டாமப் பண்ண வேணா" என்றாள் ஆயிசாவின் நாத்தனார். உடனே தொடர்ந்தாள், "நீ புள்ளைய கூட்டுட்டு அங்குட்டு போ" என்றாள் ஆயிசாவின் மாமியார்.

"ஒழு நா எடுக்குறன். அதுக்கு கிழிச்சு வச்சுருக்க துணிய எடுத்துக் குடும்மா" என்று நாத்துனார் கையை நீட்ட துணியைக் கொடுத்தார்கள். மூவரும் அறைக்குள் சென்று கதவைத் தாழிட்டார்கள்.

•●●•

அம்மாவின் இழப்பை அழுதுஅழுது தீர்த்த ரேஷ்மா காய்ச்சல் வந்து உறங்கிப்போனாள். ஒரு வாரத்திற்கு ரேஷ்மாவுடன் இருந்துவிட்டு போவதற்கு ஆயிஷாவின் அம்மாவிற்கு அனுமதி கிடைத்தது.

ஆயிஷாவின் கணவரின் முகம் வாடியிருந்ததை பார்த்த அவளின்மாமியார்அவரின்அருகில்அமர்ந்தார். "ஏவே மொகொ வாடிக் கெடக்கு, அவள நெனச்சு கவலப்பட்றீயாக்கு. ஒனக்கு

வேற ஒழுக்கமான நல்ல பொண்ணா நா பாத்து கட்டி வக்கிறன். அம்மா, நா இங்கின இருக்குற வரய்க்கு நீ ஏ...வே கவலப்படுற" என்று மகனுக்கு ஆறுதல் சொல்லிக்கொண்டிருந்தாள்.

அன்று இரவு முழுவதும் அழுதுகொண்டே இருந்தாள் பாத்திமா. அந்த இரவும், கண்ணீரும் நீண்டுகொண்டே இருந்தது. எப்போது தூங்கிப்போனாள் என்று அவளுக்கே தெரியவில்லை.

"என்ன காப்பாத்துங்க. யாராச்சும் காப்பாத்துங்க..." என்ற ஆயிசாவின் குரல் பாத்திமாவின் காதுகளுக்குள் கேட்டுக் கொண்டேயிருந்தது.

வெம்மை

நேரம் மாலை ஏழு மணியைக் கடந்துவிட்டிருந்தது. செல் போனில் அழைப்புமணி முழுமையாக அடித்து முடித்தது. வீட்டின் பரபரப்பில் மூழ்கியிருந்த ஃபஹிமாவிற்கு அதை எடுக்க முடியவில்லை.

“ஏம்மா கொஞ்சோ தண்ணி குடுங்கம்மா. ஒதடு வறண்டுருக்குமா, லேசா சுடுதண்ணியாக்கூட எடுத்துட்டு வா. குளுரா இருக்கு தண்ணி விறுவிறுண்டு இருக்கும்” என்றார் அங்கிருந்த பெரியவர் ஒருவர்.

ஃபஹிமாவேகமாகஓடிப்போய்சுடுதண்ணீர்எடுத்துவந்தாள். நினைவுகள் அழிந்துகொண்டிருந்த நிலையில், தன்னைச் சுற்றியிருந்த குடும்பத்தையும், உறவுகளையும் பார்த்துக் கொண்டிருக்கும் மாமாவின் பார்வை மங்கிக்கொண்டிருந்தது.

அந்த கூட்டத்திலிருந்த பெரியவர் ஃபஹிமாவை பார்த்து “ஏம்மா அவருக்கு கொஞ்சமா தண்ணி ஊத்துங்கம்மா” என்றார்.

அவளுக்கு அழுகையை அடக்க முடியவில்லை. ஃபஹிமா சித்த மருத்துவம் படித்தவள். தன் மாமனார் உயிருக்குப் போராடிக் கொண்டிருக்கும் இறுதி நேரத்தில் எல்லாரும் தண்ணீர் கொடுத்து கஷ்டப்படுத்துவதை ‘நிறுத்துங்கள்’ என்று கத்த வேண்டும் போலிருந்தது. இவர்களிடம் இதை எப்படிச் சொல்வது என்று புரியாமல் தவித்தாள்.

"வாம்மா வா... இப்பண்டு என்ன யோசன..? வந்து தண்ணி ஊத்து" என்று அவர் மறுமுறை அழுத்தவும், அருகில் போய் அமர்ந்தாள். அவளையும் அறியாமல் அவளின் கை மாமனாரின் கையை பிடித்தது. நாடி ஓட்டத்தை கவனித்தாள். இன்னும் சிறிது நேரத்தில் உயிர் பிரிந்துவிடும் என்பதை உணர்ந்தாள்.

ஃபஹிமாவின் அப்பா ஸ்தானத்தில் இருக்கும் அவளின் மாமனாரை முதன் முறையாகத் தொட்டாள். "மாமா..." அழுதுகொண்டே அவரின் நெஞ்சுப் பகுதியைத் தடவிக் கொடுத்தாள். அவள் சற்றுமுன் ஊற்றிய தண்ணீரை விழுங்கு வதற்கு முயற்சி செய்துகொண்டிருந்த அவர் மெதுவாக சத்தம் கேட்ட பக்கம் தலையைத் திருப்பினார். நெஞ்சுக்கும் தொண்டைக்கும் இடையில் இருந்த சத்தம் குறைந்து, சங்குப் பகுதியில் மட்டும் கேட்டது.

மறுபடியும் அவரின் மணிக்கட்டுப் பகுதியில் அவளது கைகளை வைத்தாள். அவள் நாடி பிடித்துப் பார்த்துக் கொண்டிருக்கும்போதே சத்தம் அடங்கிவிட்டது. நிமிர்ந்து பார்த்து "மாமா... மாமா..." என்று சத்தமாக அழைத்தாள். எவ்வளவு சத்தமாக அழைத்தாலும் அவர் வரப்போவதில்லை என்று தெரிந்தும், அவளுக்குள் இருக்கும் பயத்தின் வெளிப் பாடா? இல்லை, தன் கணவனிடம் மாமாவைப் பத்திரமாய் பார்த்துக்கொள்கிறேன் என்று கொடுத்த வாக்கா? எதுவென்று அவளுக்கே புரியவில்லை, ஃபஹிமாவிற்கு இது முதல் அனுபவம். உடலைவிட்டு உயிர் பிரிவதை அருகிலிருந்து பார்த்த முதல் மனிதர் அவளின் மாமனார். ஃபஹிமாவின் கணவன் ரியாஸ். அடிக்கடி அவன் வேலை நிமித்தமாக வெளி நாடுகளுக்குச் செல்வது வழக்கம். ஒரு மாத காலமாக ஃபஹிமாவிற்கு வீட்டில் நடக்கும் சம்பவங்கள் எல்லாம் ஏதோ நடக்கப் போகிறது என்பதை முன் உணர்த்துவதாகவே இருந்தது. ரியாஸ் கண்டிப்பாக போக வேண்டிய சூழல். சிங்கப்பூரில் உள்ள ஒரு நிறுவனத்திடம் முன்னரே திட்டமிடப்பட்டு ஒப்புக்கொண்ட சந்திப்பு, வேறு யாரையும் கடைசி நேரத்தில் மாற்றி அனுப்பவும் முடியாத சூழல், தெரிந்திருந்தும் ஃபஹிமா, "நாலு நாளா மாமாவுக்கு தொடந்து காய்ச்சலிருக்கு. எனக்கு

மனசுல ஏதேதோ தோணுது பயமா இருக்குங்க, நீங்க கூட இருந்தா நல்லா இருக்கும். ப்ளீஸ் போகாதீங்க" என்று ரியாஸிடம் கெஞ்சினாள்.

"நான் நேர்ல வந்து முடிச்சுத் தர்றேன்னு சொல்லி ஏற்பாடு பண்ணுன புராஜக்ட்மா. அதுவும் இல்லாம முக்கியமான போர்ட் மீட்டிங்கும் இருக்கு, அதுக்கு வெளிநாட்டுல இருந்து நிறைய கிளயண்ட்ஸ் வருவாங்க, இதக் காரணமா எப்டிச் சொல்றது. அத்தாவுக்கு வெறும் காய்ச்சல்தான பயப்படாத ஒன்னு ஆகாது. அதான் நீ இருக்கேல்ல நீ டாக்டர்தான. அத்தாவுக்குத் தேவையான மருந்தக் கொடு. அத்தாவப் பாத்துக்க" என்று இரவு முழுவதும் சமாதானம் கூறிவிட்டு அதிகாலையில் கிளம்பினான்.

•●●•

சொந்தங்களுக்குத் தெரிய வந்ததும், வீட்டிற்கு ஒவ்வொரு வராக வரத் துவங்கினார்கள். அருகாமையிலிருக்கும் தெருவில் வசிக்கும் ஃபஹிமாவின் அண்ணன் மற்றும் குடும்பத்தினரும் வந்து சேர்ந்தனர், சரியாக மீண்டும் போனின் அழைப்புச் சத்தம் கேட்டு ஃபஹிமா தன் அறைக்குள் போனாள்.

ரியாஸிடம் இருந்து வந்த அழைப்பென்று தெரிந்ததும், "மச்சே ... மாமா... மாமா" என்று சொல்லிக் கொண்டிருக்கும்போதே அழுதாள். அவனுக்கும் ஏதோ மனதுக்குள் தோன்ற எதுவும் பேசமுடியாமல் அமைதியானான்.

தொடர்ந்து பேச முடியாததால் ரியாஸிடம் நடந்ததைக் கூறுமாறு தன் அண்ணனிடம் போனைக் கொடுத்தாள்.

•●●•

வெள்ளைத் துணியில் போர்த்தி வைக்கப்பட்டிருக்கும் இறந்தவரைப் பார்த்துவிட்டு ஆண்கள் வெளியில் போடப் பட்டிருக்கும் பிளாஸ்டிக் நாற்காலியில் அமர்ந்தனர். பெண்கள் எல்லோரும் தனியறையில் இருக்கும் மாமியாரின் பக்கத்தில் வந்து அமர்ந்தனர். ஒவ்வொருவரும் தனித்தனியாக ஃபஹிமா வின் மாமனாருடைய நல்ல குணங்களையும், தங்கள் இல்ல

வைபவங்களில் அவர் கலந்துகொண்டபோது பேசியவற்றையும் நினைவுப்படுத்திக் கூறினர். ஃபஹிமாவால் அழுகையை அடக்க முடியவில்லை. அவள் திருமணமாகி வந்த நாட்கள் நினைவுக்கு வந்தன. ஃபஹிமா மூத்த மருமகள் என்பதாலோ, இல்லை அவருக்கு இரண்டும் ஆண்பிள்ளைகள் என்பதாலோ, இருவருக்கும் ஃபஹிமாவின்மேல் அலாதியானபிரியம்.

மாமனாருடன் பேசிய வார்த்தைகள் கொஞ்சமே என்றாலும் அன்பு பரிமாற்றம் அதிகம். ஃப்ஹிமா செய்யும் உணவை ரசித்துச் சாப்பிடுவார். அவள் செய்யும் கேப்பைக் களியும், கருவாட்டுக் குழம்பும் அலாதியான ருசி என்பார். எப்போதும் வாய் திறந்து யாரையும் ஒரு வார்த்தைக்கூட பாராட்டாத மனிதர் ஒருநாள் சாப்பிடும்போது "யாருமா இன்னக்கி சாப்பாடு செஞ்சா"ன்னு கேட்டதும் ஃபஹிமா "நாந்தே செஞ்சே மாமா"

"ம்ம்ம்... ரொம்ப நாளைக்கு அப்பறம் எங்க அம்மா கைல சாப்பிட்ட மாதிரி இருக்குமா" என்றார்.

சந்தோசத்தில் ஃபஹிமாவின் முகம் சிவந்தது. அருகில் இருக்கும் அவளின் மாமியாரைப் பார்த்தாள். அவரோ வார்த்தை எதுவும் வராமல் இரண்டு புருவத்தை உயர்த்தி "ம்ம்ம்..." என்று தலையாட்டி சந்தோசத்தை வெளிப்படுத்தினார்.

•●●•

வழக்கமாக 'ஸலாம்' சொல்லிவிட்டுதான் வீட்டிற்குள் வரவேண்டும். ஆனால், "அண்ணே... எங்கள விட்டுட்டுப் போய்ட்டியா..." என்று சத்தம் கேட்டு மீண்டும் நினைவுக்கு வந்தாள். எழுந்து ஹாலிற்குச் சென்றாள். மாமாவின் உறவினர்கள் வெளியூரிலிருந்து வந்தவர்கள் கத்தி அழுதுகொண்டிருந்தனர்.

அப்போது உள்ளே இருந்து ஒரு வயதான பாட்டி வெள்ளை ஆடை, தலைவரை போர்த்தியதால் முகமும் வெள்ளையாக தெரிகிறதா இல்லை ஆளே அப்படித்தானா என்று ஃபஹிமா யோசித்து முடிக்கும் முன். "ஓப்பாரி வச்சுத்தே அழுகணுமா? அல்லாவுக்கு பாவியா போகணும். ஒப்பாரி சொல்லாம பார்த்துட்டு இங்கிட்டு வந்துருங்க. மையத்துமேல ஒரு சொட்டு கண்ணீர் பட்டுச்சுனாக்கூட அவருக்குதே பாவோ நம்ம போயா கணக்கு சொல்லிற முடியு" என்றார்.

போன் கட் ஆவதற்குள் அவசரமாக "ஹலோ..." என்ற ஃபஹிமாவின் குரல் கேட்டதும். ரியாஸ், "ஃபஹிமா. என்ன பண்றீங்க அம்மா எப்படியிருக்காங்க" என்றான்.

"நீங்க எப்போ மச்சே கிளம்புறீங்க" எனக் கேட்டாள்.

"ஃபஹிமா, இங்க நான் யார் கிட்டையும் எதும் சொல்லல. நாளைக்கு மீட்டிங் வேற, எப்படிச் சொல்றதுன்னும் தெரியல. எனக்காக வெயிட் பண்ண வேணா ஆகுற காரியத்தப் பாருங்க. நான் எல்லா விவரமும் தம்பிட்ட சொல்லிடுறேன். உன்னோட அக்கவுண்ட்ல பணம் இருக்கா, இல்ல அனுப்பவா" என்று ஃபஹிமாவைப் பேசவிடாமல் அவனே பேசினான்.

"இருங்க மச்சே... என்னா இப்படிச் சொல்றீங்க நீங்க இல்லாம எப்படி? அங்க பேசிப்பாருங்க அவங்க புரிஞ்சுப்பாங்க. ப்ளீஸ். எப்படியாவது வந்துருங்க மச்சே, இதுக்குதான் நான் நேத்தே சொன்னேன். நிலமை மோசமா இருக்குன்னு, நீங்க அப்பவே கம்பெனில பேசியிருந்தா யாருக்கும் கஷ்டமில்ல இப்போ. நீங்களும் வந்திருக்கலாம்" என்று ஃபஹிமா தன் கோபத்தைக்கூட அழுகை வழியாகவே வெளிப்படுத்தினாள்.

"சரிசரி, நான் என்னான்னு பாக்குறேன். நீ உள்ள போ. நைட்டு வந்தவங்களுக்கு, புள்ளைங்களுக்கு சாப்பாடு என்ன பண்ணப் போற" என்றான். பக்கத்து வீட்டு ஆண்ட்டி கடைல வாங்கி வச்சுருக்காங்க இங்க வச்சு சாப்பாடு குடுக்க முடியாதுன்னு, அவங்க வீட்டுக்குத்தா கூப்ட்டு போறாங்க" என்றாள்.

"ம்ம்ம்... சரி, நா காலைல கூப்டுறேன்".

மறுபடியும் உள்ளே வந்து அமர்ந்தாள். கண்களைத் துடைத்துக்கொண்டு மாமியாரிடம் ரியாஸ் கூறியதைச் சொன்னாள். அவளிடம் என்ன பதில் சொல்லுவது என்று தெரியாமல் தலையை மட்டும் அசைத்தார்.

மணி இரண்டைத் தாண்டியிருந்தது, குழந்தைகளைத் தூங்க வைத்துவிட்டு கட்டிலிற்குக் கீழே சாய்ந்து அமர்ந்தாள். ரியாஸுடன் பேசியதை யோசித்துக் கொண்டிருந்தாள்.

நேற்று மாலை திடீரென ஃபஹிமாவிற்கு மனதில் ஏதோ தோன்றியது, போனில் "மச்சே. மாமாக்கு நினைவு பொரண்ட மாதிரி பேசுறாங்க. ஏதேதோ புலம்புறாங்க. பிளீஸ் மச்சே, எனக்குப் பயமா இருக்கு, நீங்க ஏதாவது செஞ்சு சீக்கிரமா கிளம்பி வாங்க" என்றாள்.

ஜன்னலின் வழியே ஃப்ஹிமா பேசிய சத்தம் கேட்டு ஃபஹிமாவை அழைத்தார் மாமா. "யாருமா ரியாஸா? குடும்மா நான் பேசுறேன்"

"இந்தா வர்றேன் மாமா, ஹலோ மச்சே, மாமா உங்ககிட்ட ஏதோ பேசணுன்னு சொல்றாங்க. அவர்ட்ட போனக் குடுக்குறேன்" என்றாள்.

"ம்ம்ம் குடு."

"ரியாஸ், எனக்கு காச்சல் கொறஞ்சுருக்குப் பா. ஒடம்புதா ரொம்ப வலியா இருக்கு. சத்தா இருக்குன்னு பார்லி அரிசி கஞ்சிகுடிக்க சொன்னாங்க நைட்டு அதத்தே குடிக்கலாம்ன்னு இருக்கன். ஃபஹிமா மருந்து கொடுத்துச்சு சாப்டேன்பா. நாளைக்கு சரியாய்டும் நீ ஓ வேலைய முடுச்சுட்டு வா. நீ எதையும் யோசிக்காம வேலைய கவனமாப் பாரு."

"சரிங்கத்தா நான் ரெண்டு நாள்ல வந்துருவேன். நீங்க ரெஸ்ட்டு எடுங்க சரியாய்டும்."

"இந்தாம்மா, அவெ வேலைய முடுச்சுட்டு வரட்டும்மா. நான் சொல்லிருக்கேன், நான் நாளைக்கு நல்லாயிருவேன்" என்றவர். "ஏம் பேர ஏம்மா அழுதுட்டு இருக்கான்" எனக் கேட்டார்.

"வெளில போகணும்னு அழுகுறா மாமா, நான் சமாதானப் படுத்திட்டேன்."

"ம்ம்ம் ரெண்டு நாள்ல எனக்கு சரியாப் போனதும் புள்ளைகள வெளில கூப்பிட்டுப் போகணும், அதுவர புள்ளைகள அழ விடாமப் பாத்துக்கமா" என்று மாமனார் சொன்னதும் அவள் கண்கள் நீரில் நிறைந்தது.

"சரிங்க மாமா" என்று கர கரத்த குரலில் சொல்லிவிட்டு அறையிலிருந்து வெளியே போனாள்.

மீண்டும் அரைமணி நேரத்தில் ரியாஸிடமிருந்து போன் வந்தது. "மச்சே..."என்றாள்.

"ஏய் லூசு அவர் நல்லா இருக்க மாதிரிதான் எனக்கு தெரியுது. நீ கண்டத யோசிச்சு குழப்பிக்காத. அவர் பேச்சு தெளிவா இருக்கு. நான் ரெண்டு நாள்ல வந்துருவேன் சரியா" என்றான்.

அவள் குரலில் இருந்து அவள் அழுகிறாள் என்பதை புரிந்தவன், "யேய், நீ இப்படி இருந்தா எனக்குக் கஷ்டமா இருக்கு. நான் இங்க தனியா இருக்கேன்ல, அங்க எல்லாத்தையும் நீ பாத்துக்குவன்னுதான நான் தைரியமா வந்தேன்" என்று சொல்லும்போதே அவனுக்கும் வார்த்தைகள் தடுமாறின.

"சரிங்க நான் பாத்துக்கிறேன், நீங்க கவலப்படாதீங்க" என்றாள்.

•●●•

திடீரென்று வீட்டிற்குள் அழும் குரல்கேட்டு திடுக்கிட்டு விழித்தாள். இருதயம் படபடவென அடிக்கத் துவங்கியது ஹாலுக்குச் சென்றாள்.

இரவு ஒரு மணி ஆனதால் ஆட்களின் வருகை குறைந்திருந்தது. அதனால் மாமியாரை அழைத்துக்கொண்டுபோய் மாமாவை காட்டிக் கொண்டிருந்தனர். மறுநாள் வெள்ளைச் சேலை கட்டிய பிறகு மையத்தைப் பார்ப்பதற்கு அனுமதிக்க மாட்டார்கள். சிலர் குடும்பத்தில் மையத்தை எடுத்தப்பின் மூன்றாம் நாள் வெள்ளைச் சேலை அணிவது வழக்கம். ஃபஹிமாவும் பக்கத்தில் போய் நின்றாள். அவருடன் வாழ்ந்த நாட்களை ஒவ்வொன்றாக நினைவுப்படுத்தி சொல்லி அழுது கொண்டிருந்தார். அப்போது சிலமணி நேரங்களுக்கு முன் ஒப்பாரிப் பாடி நிறுத்திய பாட்டி, இப்போது ஒப்பாரியாய் இல்லாமல் பேசுவது போலவே மாமனாரின் பெருமையைச் சொல்லி அழுதாள். அந்த பாட்டிக்குத் தன் மாமானார் தம்பி முறை வேண்டும்.

"ஏ பொறப்பே தம்பி, ஆலமரம் போல அண்ணாந்து நிப்பேனு நான் ஒய்யாரமா வந்தேனே... இப்ப நீ பட்டமரம் போல பட்டுப் போயிட்டியே... ஊருக்கே நெழலு கொடுத்தியே இப்ப அந்த மண்ணு தின்னவா நீ போன எம் பொறப்பே... நான் முன்னே போறேன் நீ பின்னே வான்னு சொல்லாமச் சொல்லி என்ன விட்டுட்டு போய்ட்டியாப்பா."

அவரது அழுகையோட வரும் வார்த்தைகள் கேட்டு ஃபஹிமாவிற்கு ஏனோ அடி வயிற்றைக் கலக்கியது. அந்த கூட்டத்திலும் அவளின் மாமியாரின் முகத்தைப் பார்த்துக் கொண்டே அழுது கொண்டிருந்தாள்.

• • •

காலை மணி ஆறு. ரியாஸிடமிருந்து போன் வந்தது.

"ஏழரை மணிக்கு பிளைட்டு, அங்க பதினொரு மணிக்கு வந்துருவேன், அங்க இருந்து நம்ம ஊருக்கு வர மூணு மணி நேரம் ஆகும். அதுனால நாலு மணிக்கு மேல எடுக்க ஏற்பாடு செய்ய சொல்லி தம்பிகிட்ட சொல்லியிருக்கேன். நீ அம்மாகிட்ட சொல்லு ஃபஹிமா" என்றான்.

"நீங்க வரேன்னதும் இப்பதான் எனக்கு நிம்மதியாருக்கு. சரிங்க நான் மாமிட்ட சொல்லிறேன். அவங்கதான் நீங்க இல்லன்னு ரொம்ப கவலப்பட்டாங்க" என்றாள்.

"சரி நான் மத்தத தம்பிட்ட பேசிக்கிறேன். நீ அம்மாட்ட சொல்லிரு" என்று சொல்லிவிட்டு ஃபோனை வைத்தான்.

• • •

காலையில் தகவலறிந்து மாமாவின் சொந்தங்களும், நண்பர்களும் வீட்டின் முன்பு கூட்டமாய் நிறைந்துவிட்டனர். ஊரில் மாமாவிற்கு ஆட்கள் பழக்கம் அதிகமாக இருக்கும். அந்தக் கூட்டத்தை கடந்து ஃபஹிமா அவளின் மாமியாரின் அருகினில் போய் உட்கார்ந்து ரியாஸ் கிளம்பும் விவரத்தைக் கூறினாள். "அப்டியாமா கிளம்புறேன்னு சொல்லுச்சா. ச்சேரி, அங்க எதுவும் பிரச்சன இல்லைல" என்று மெதுவாகக் கேட்டார்.

"இல்ல மாமி அங்க பேசிட்டாங்களாம், அவுங்கதான் அனுப்பி வைக்கிறாங்களாம். மதியம் மூணு மணி ஆகும், வந்ததும் எடுக்குற மாதிரி ஏற்பாடு பண்ணச் சொன்னாங்க" என்று பேசிக்கொண்டிருக்கும்போதே மாமியின் சொந்தத்தில் ஒரு பாட்டி வெள்ள சேலைய எடுத்துக்கொண்டு வந்து அவரின்மேல் பாதியாகவிரித்து போர்த்தி அழுதுகொண்டிருந்தார். அந்தக் காட்சியைப் பார்க்கும்போதே ஃபஹிமாவுக்கு உள்ளம் நடுங்க ஆரம்பித்தது.

சிறிது நேரத்தில் மாமாவைப் பார்க்க உறவினர்கள் எழுந்து உள்ளே போனார்கள். ஃபஹிமாவும் கூடவே போனாள். மாமாவின் முகத்தைப் பார்த்து ஸலவாத் (இறந்தவர்களைப் பார்த்து ஓதுதல்) சொல்லிவிட்டு எல்லோரும் ஃபஹிமாவிடம் ரியாஸை விசாரித்தனர். நெருங்கிய சொந்தம் வரும்போது மாமாவைப் பார்க்க அவர்களிடம் செல்ல வேண்டியிருந்தது. வெள்ளை துணியால் போர்த்தியிருக்கும்போது பார்ப்பதற்கு உள்ளம் நடுங்கும். பின் முகத்தை பார்த்ததும் மனம் அமைதி பெறும்.

முதல் நாள் இரவிலிருந்து ஐஸ் பாக்சில் வைக்கவில்லை. மறுநாள் காலை ரியாஸிடமிருந்து போன் வந்ததால் மாமாவின் உடலை எடுக்க மாலை நான்கு மணிவரை ஆகும் என்பதால் காலை ஆறு மணிக்கு ஐஸ் பாக்சில் வைத்துவிட்டனர். வீட்டிலுள்ள அனைவரும் ரியாஸின் வருகைக்காகக் காத்திருந்தனர்.

நேற்றிலிருந்து அழுது அழுது சோர்ந்து போயிருந்தாள் ஃபஹிமா. ரியாஸை பார்த்தால் தீர்ந்துபோகும் போல இருந்தது. வீட்டின் மூத்த பையன். அத்தாவுடன் அவனுக்கு இருக்கும் நெருக்கம் காரணமாக அனைவரும் அவனை எதிர்பார்த்துக் காத்திருந்தனர், அவளுக்கும் ரியாஸ் கதறி அழுவானா? என்ன செய்வான் என்று யூகிக்க முடியவில்லை. இதுவரை எந்தவித உணர்வையும் அவன் முகத்தில் வெளிப்படுத்தி யாரும், அவளுமே கூடப் பார்த்தது இல்லை. என்னதான் செய்வான் என்று பார்ப்பதற்காகவே அனைவரும் காத்திருந்தனர்.

●●●

எடுப்பதற்கு இன்னும் இரண்டு மணி நேரமே இருப்பதால் உடலை ஐஸ் பெட்டியிலிருந்து வெளியில் எடுத்து வைத்திருந்தனர்.

சரியாக மணி மூன்றரை ஆனது, கருப்புக் கலர் ஸ்கார்ப்பியோ வீட்டு வாசலில் வந்து நின்றது. ரியாஸை அழைத்துவர ஃபஹிமாவின் அத்தா, ரியாஸின் நண்பர்கள் இருவர் சென்றிருந்தனர். ரியாஸை பார்த்ததும் வீட்டில் உள்ள பெண்கள் எல்லோரும் அழத்தொடங்கினார்கள். ரியாஸ் உள்ளே வந்ததும், கட்டிப்பிடித்து அழுது முடித்த பின்பே அவனை அத்தாவைப் பார்க்கவிட்டனர்.

வெளியில் வைக்கப்பட்டிருந்த அத்தாவின் முகத்தைக் கூர்ந்து பார்த்துக் கடைசியாக அவர் முகத்தைத் தன் மனதில் பதித்துக் கொண்டான். பிறகு அவரின் உடலைத் தொட்டுப் பார்த்தான். முகம் வெண்மையாய் அழகாய் தெரிந்தது. அவனது கைகளை அவரது கன்னத்தில் வைத்துக்கொண்டான்.

அமைதியாக நின்றிருந்த அவனையே. சுற்றி இருந்த எல்லோரும் வைத்த கண் வாங்காமல் பார்த்துக்கொண்டிருந்தனர். குரல் கரகரக்க "அம்மா எங்க?" என்று ஃபஹிமாவைப் பார்த்துக் கேட்டான்.

ஃபஹிமா அழுதுகொண்டே மாமியார் இருக்கும் அறையை கை நீட்டி காட்டினாள். பெண்கள் குவிந்திருந்ததால் அறையின் வாசலில் நின்று அம்மாவை பார்த்தான். அத்தாவைப் பார்த்து அழாதவன் அம்மாவைப் பார்த்ததும் கதறுவான் என்று எதிர்பார்த்தனர். அம்மா அழுவதைப் பார்த்து வேண்டாம் என்பதுபோல தலையசைத்தான். ஒரு பெரிய காட்சிக்குக் காத்திருந்தவர்களுக்கு ஏமாற்றமே மிஞ்சியது. எடுக்கும் நேரம் நெருங்கிவிட்டதால் அடுத்தக்கட்ட வேலைகளைப் பார்க்க வெளியே போனான் ரியாஸ்.

சும்மாவே வம்பு பேசும் வாய்களுக்கு இப்போது அவல் கிடைத்துவிட்டது. ரியாஸ் அழுகாததன் காரணத்தை அவரவர் கற்பனைக்கு எட்டிய விதத்தில் கதைகளை அளந்து மைல் கணக்கில் நீட்டிக்கொண்டிருந்தனர்.

ஃபஹிமாவிற்கும் மனதில் சின்னதாய் வருத்தம் தோன்றியது. 'இறந்தது அவரைப் பெத்த அத்தா! எப்படி இவரால இப்படி அழாம மௌனமா இருக்க முடியுது?' கற்பனைகளும், அதனை ஒட்டிய கேள்விகளும் நீண்டுகொண்டே போயின.

குளிப்பாட்டுவதிலிருந்து கூடவே நின்னு அனைத்தையும் செய்து முடித்து சந்தாக்கில் (இறந்தவரை தூக்கிச் செல்லும் பெட்டி) வைப்பதற்கு முன் சொந்தங்கள் எல்லோரும் வந்து பார்க்க அனுமதித்தனர். பின் சந்தாக்கில் தூக்கியதும் முன்புறத்தில் நின்று தூக்கினான் ரியாஸ். ஃபஹிமா ஓடிச்சென்று சன்னலின் வழியே பார்த்தாள். அப்போது ரியாஸின் முகம் கவலையால் கறுத்திருந்தது. கலிமா சஹாதத் என்ற சொல்லோடு அங்கிருந்து மாமாவின் உடலைத் தூக்கிச் சென்றார்கள்.

•●●•

மணி இரவு பன்னிரெண்டைக் கடந்திருந்தது. அறையில் குழந்தைகளைத் தூங்க வைத்துக்கொண்டிருந்தாள் ஃபஹிமா. ரியாஸ் அறைக்குள் வந்து ஃபஹிமாவின் பக்கத்தில் அமர்ந்தான். ஃபஹிமா எழுந்து அவன் மார்பில் சாய்ந்துகொண்டாள்.

"மச்சே, மாமாவ பாத்துக்கிறேன்னு சொன்னேன். இப்படி ஆகும்னு நினைக்கல" என்று சொல்லிக்கொண்டே அழுதாள். அவள் நெற்றியில் முத்தமிட்ட ரியாஸ், "போதும்! ஏற்கனவே ரொம்ப டயர்டா இருக்க, படுத்துக்க" என்றான். அவனும் சிறிது நேரத்தில் பக்கத்தில் படுத்தான். குழந்தைகள் தூங்கியதும் மெதுவாக அவன் பக்கமாகத் திரும்பிப் படுத்தாள். மனதில் அழுத்திக்கொண்டிருந்த தனது கேள்வியை கேட்பது என்ற முடிவுக்கு வந்தாள். "மச்சே தூங்கிட்டீங்களா?" என்றாள்.

"இல்லடா சொல்லு" என்றான்.

"உங்களுக்கு அழுகையே வரலையா?" என்றாள்.

"ஏன்? கண்ணீர் வந்தாதான் அழுகையா?" எனக் கேட்டவனது குரல் மாறி இருந்தது. கொஞ்சம் கரகரப்பாய் செருமலாய். பேச்சைத் தொடர்ந்தான்.

“ஃபஹிமா எனக்கு ஒரேயொரு வருத்தம்தான். நீ சொன்னப்பவே கிளம்பி வந்திருந்தா கடைசியா அத்தாட்ட ஒரு வார்த்தையாச்சும் பேசிருப்பேன்ல? இப்போ யோசிக்கும்போதுதான் கஷ்டமா இருக்கு.உனக்குத் தெரியுமா நான் சின்ன வயசுக்கு அப்பறமா எங்க அத்தாகிட்ட நிறையாப் பேசினதே இல்ல.

ம், சரி, இல்ல, ஆமா இப்படித்தான் பேசின ஞாபகமிருக்கு. ஒருசில வார்த்த மட்டும்தா. கடைசியா அத்தா பேசணும்னு சொல்றார்னு சொல்லி நீ போனக் கொடுத்தப்பதா கொஞ்சம் நிறையப் பேசினேன். சின்ன வயசுல அத்தா கைய பிடுச்சுட்டு கடைக்குப் போவேன். வெள்ளிக்கிழமை ஆச்சுனா குட்டி ஜிப்பா இருக்கு. அதத்தா போடச் சொல்லுவாரு. அத போட்டு தொப்பி வச்சுட்டு அத்தாக்கூட போறது எப்டி இருக்கும் தெரியுமா? யாரையாவது பாத்து பேசிட்டு இருக்கும்போதுகூட அத்தா என்னோட தொப்பிய சரி பண்ணிட்டேதா பேசுவாரு. நோம்பு நேரத்துல ஜமாத்தோட ஊர்வலம் போய்ட்டு தொழுக போவாங்க. நாங்க கெளம்ப லேட்டாய்ட்டாகூட எங்களுக்காக வெயிட் பண்ணிக் கூட்டுப் போவாங்க. ஒரு தடவ எனக்குக் காய்ச்ச வந்துருந்துச்சு. அப்போ டாக்டர் ஊசி போட்டப்ப எனக்குப் பயோவந்து மயக்கம் போட்டே. அவரு ஊசி போட்டதுனாலதே மயக்கோ வந்துருச்சுன்னு டாக்டர அடிக்க போய்ட்டாரு.

இப்பிடி நா சின்ன புள்ளையா இருக்குறவர பாத்துபாத்து வளத்தவரு பெரியவனா ஆனதும் பணம் சம்பாதிக்கணும் சொந்தக்காரங்க கேக்குற மாதிரி இல்லாம வாழணு அப்டீன்னு எனக்கு எண்ணம் வந்துருச்சு. அத்தாவு சொல்லிருக்காரு, ‘பணம் மட்டும் வாழ்க்க இல்லடா. இன்னு நிறைய இருக்கு. பணத்த மட்டு தேட ஆரம்பிச்ச அத தொலச்சுருவ. திரும்ப தேடிவரும்போது அது இருக்காதுன்னு’ சம்பாதிக்க ஆரம்பிச்ச ஒடனே எனக்குதா பொறுப்புன்ற மாதிரி தோணிருச்சு. அப்போல இருந்தே அத்தாட்ட சரியா பேசுறது இல்ல.

இப்போ தொலச்சுட்டு நிக்கிறன்" என்று ரியாஸ் பேசப்பேச அமைதியாக அவன் முகத்தையேப் பார்த்துக்கொண்டிருந்தாள்.

"இப்பதான் தோணுது ஃபஹிமா முன்னாடியே அத்தாக்கூட பேசிருக்கணும்" என்று அவன் சொல்லும்போது கன்னத்தில் வழிந்த கண்ணீர்க்கோடுகள் விடிவிளக்கின் வெளிச்சத்தில் மின்னின.

தன் கைவிரல்களால் வழிந்துகொண்டிருந்த நீர்க்கோடுகளைத் துடைத்த ஃபஹிமா, அதில் வெம்மை மிகுந்திருப்பதை உணர்ந்தாள்...

இத்தா

அதிகாலை மணி மூன்று ஐம்பது. செல்போனில் அலாரம் அடிப்பதற்கு முன்பே விழிப்பு வந்துவிட்டது மகரிபாவுக்கு. பக்கத்தில் படுத்திருந்த சைலாவையும், ஆமினாவையும் எழுப்பினாள்.

"ஏம்மா ஃபஜருக்கு (காலை ஐந்து மணி தொழுகை) பாங்கு சொல்லுறதுக்கு முன்ன ரோஜா குளிச்சுட்டு சேலைய மாத்தனு. என்னாண்டு பாருங்க. மௌத்து வீட்டுல தூக்கத்தை கொறைங்க." என்றாள் மகரிபா.

"ரோஜா அந்த ரூம்ல படுத்துருக்கு. ஏங்க்கா குளிச்சுட்டு இந்த ரூம்ல இருக்கச்சொல்லிருவோமா..? பாத்ரூமு இங்கதேனா இருக்கு இனி பொழுதூக்கு வெளிய வரமுடியாதுல" என்றாள் சைலா.

"நா போயி ரோஜாவ எழுப்புறன்" என்றாள் ஆமினா. ரோஜா படுத்திருந்த அறைக்குள் போனாள். ரோஜா தலைவரை பெட்சீட்டைப் போர்த்தி படுத்திருந்தாள். ஒரே மதத்தைச் சேர்ந்தவராக இருந்தாலும், காதல் திருமணம் முடித்ததால் ரோஜாவை வெறுத்து ஒதுக்கிய குடும்பம், இப்போது இந்த நிலையிலும் அவளைப் பார்க்க யாரும் வராததை எண்ணி அழுது விசும்பும் சத்தம் கேட்டது.

"ரோஜா... மணி நாலாகப் போவுது எந்திரிக்கிறியாவே" என்றாள் ஆமினா.

நேற்றிலிருந்து அழுதுஅழுது சோர்ந்து போயிருந்தாள். கணவன் இல்லாத எதிர்காலத்தை யோசித்து தூக்கமில்லாமல் படுத்திருந்தாள். அருகில் படுத்திருந்த மகள் எழுந்துவிடாமல் "இந்தா வர்ரீங்க்கா" என்று கூறிக்கொண்டே எழுந்தாள் ரோஜா. நடந்தது எதையும் அவளால் இன்னும் நம்பமுடியவில்லை. காஜா இல்லாத வாழ்க்கையை ரோஜாவால் யோசிக்கவே முடியவில்லை. அழுதுஅழுது உடல் சோர்ந்திருந்தது.

ரோஜா எழுந்து கட்டிலிலிருந்து இறங்குமுன்னே கழுத்திலிருந்த செயின், கையிலிருந்த வளையல், காதிலிருந்த தோடு அனைத்தையும் கழற்றிய பின் கட்டிலில் இருந்து இறங்கினாள். ஒரு எட்டு நடந்ததும் காலில் இருந்த கொலுசு சத்தம் போட்டது, என்னை மறந்துவிட்டாய் என்று சொல்வதுபோல இருந்தது. மெதுவாகக் கீழே உட்கார்ந்து கொலுசைப் பார்த்தாள்.

ரோஜாவின் கணவன் காஜா, அரசு கல்லூரியில் பேராசிரியர். வெகுளியான ரோஜாவின்மேல் ஏற்பட்ட காதலினால் சொந்த பந்தத்தை தூக்கி எறிந்தார். பக்கத்து வீட்டாரும், நண்பர்களுமே சொந்தமாக இருந்தனர். கொஞ்ச நாட்களுக்கு முன்னால்தான் அவள் போட்டிருந்த வெள்ளிக் கொலுசை கொடுத்துவிட்டு தங்கத்தில் வாங்கிக்கொடுத்தான்.

"ஏங்க வெள்ளிலையே எடுத்துக்கிறன், தங்க கொலுசு கால்ல போட்டா ஆகாதுன்னு சொல்லுவாங்க வேணாங்க" என்று ரோஜா சொன்னதும்,

"நீ போடு என்ன நடக்குதுன்னு பாக்கலாம். இப்போ எல்லாரு போடுறனாலதான எல்லா கடைலையு விக்கிறாங்க. கேரளால எல்லா பொண்ணுங்களு போடுறாங்க கேரளாவே அழிஞ்சுடுச்சா. யாராவது சொல்றத கேட்டுட்டு யோசிக்காம பேசாத ரோஜா" என்றார் காஜா.

ஒரு அழகான கொலுசை எடுத்து, "இது நல்லா இருக்கு இத எடுத்துக்கலாம்" என்று ரோஜாவை சம்மதிக்க வைத்தார்.

"நிறையா சத்தம் வராத மாதிரி முத்தும் வைச்சுக்கொடுங்க" என்றார் காஜா கடைக்காரரிடம். கொலுசு வாங்கி வீட்டிற்கு

வந்ததும் அவரே ரோஜாவிற்கு போட்டும் விட்டார். போடும் போது அவர் சொன்ன வார்த்தை, "ரோஜா இந்த கொலுசு ரொம்ப அழகா இருக்கு உனக்கு. நீஎப்பவும் இத கழட்டக்கூடாது. நா எப்ப பாத்தாலும் இது ஓங்கால்ல இருக்கணும்" என்று அன்பு கட்டளையிட்டார் காஜா.

மறுபடியும் ஆமினா ரோஜாவை கூப்பிடும் சத்தம் கேட்டு நினைவு வந்தவள்போல திடுக்கிட்டாள். காஜாவின் சூட்டை உணர்ந்தவள் மீண்டும் ஒருமுறை கொலுசை தொட்டுப்பார்த்து விட்டு அதையும் கழட்டினாள்.

ஆமினா குளிப்பதற்குத் தேவையான அனைத்தையும் எடுத்து வைத்துவிட்டு ரோஜாவை கூப்பிடுவதற்கு அறைக்குள் வந்ததும் ரோஜாவைப் பார்த்து "லேட் ஆயிடுச்சுவே" என்றாள்.

ரோஜா கையில் வைத்திருந்த நகைகளை அவள் கையில் கொடுத்தாள். அதை வாங்கியதும், "உள்ள வைக்கிறன்வே இத்தா முடிச்சுட்டு எடுத்துக்கர்லாம்" என்றாள் ஆமினா.

குளித்துவிட்டு தூய்மையான வெள்ளை புடவையைக் கட்டி வெளியே வந்தாள். அவளுக்கென்று ஒதுக்கப்பட்ட அறைக்குள் சென்றாள். ரோஜாவிற்கு வீட்டில் சின்னசின்ன பாட்டிலில் செடிவளர்ப்பது என்பது மிகவும் பிடித்த விசயம். பகலில் வீட்டு வேலை முடிந்தவுடன் வீட்டை அழகுபடுத்தும் வேலையைத் துவங்கிவிடுவாள். வீடு முழுவதும் எங்குப் பார்த் தாலும் பச்சை பசுமையாகக் காட்சித்தரும். தினமும் அந்தப் பாட்டிலைத் துடைப்பது, செடிகளுக்குத் தண்ணீர் ஸ்பிரே பண்ணுவது தூசிக் கூட விழாமல் பார்த்துக்கொள்வாள். இப்போது அவளுக்கென்று ஒதுக்கப்பட்ட அறையைப் பார்த்ததும், மனதிற்கு வெறுக்கொன்று இருந்தது. ஃபஜருக்கு பாங்கு சொல்லும் சத்தம் கேட்டது. தொழுகைக்கு தயாரானாள்.

தொழுது முடித்ததும் சைலாபாலைக் கொடுத்தாள், "இந்தாவே இதக் குடி கொலையக் கவ்வும், மண்ணுல ஒடம்பு மக்கும்போது வெலாவுல வெடிச்சு வந்தவளுக்கு இப்டித்தே இருக்குவே. அப்போ அப்போ ஏதாவது சாப்ட்டுக்க" என்றாள் சைலா. ரோஜாவின் முகம் மிகவும் சோர்ந்திருந்தது.

“நீ கொஞ்சநேரோ தூங்குவே எட்டு மணிக்குமேலதான யாராவது வருவாக அதுவர தூங்குவே” என்றாள் சைலா. இதை அனைத்தையும் எதுவும் போசாமல் பார்த்துக்கொண்டிருந்தாள் மகரிபா. மகரிபா ரோஜாவின் பெரிய மாமியார். ரோஜாவின் மாமியார் அவளுக்குத் திருமணமான புதிதிலேயே இறந்துவிட்டார். ரோஜாவிற்கு ஆதரவு என்று யாருமில்லை என்பதாலும், இதுபோல சடங்குகளுக்குக் கணவனை இழந்தவர்கள் கூட இருக்க வேண்டும் என்பதற்காக மகரிபா, சைலா, ஆமினா மூவரும் ரோஜாவுடன் தங்கினார்கள்.

ஒரே நாளில் எவ்வளவு மாற்றம். நேற்று காலையில் சாப்பிடும் போது கூட இருந்தவர் இப்போது இல்லை என்று எண்ணிக் கொண்டிருக்கும்போதே காஜா பேசியது நினைவுக்கு வந்தது. “ரோஜா” என்று ஹாலிலிருந்து கத்தி அழைக்கும் சத்தம்கேட்டு ஓடிவந்தாள். “என்னாச்சுங்க” என்று அருகில் வந்தாள்.

“ஏ... இப்டி வேர்க்குது, என்ன செய்துங்க, என்ன ஆச்சு” என்று கேட்டுக்கொண்டே காஜாவின் முன் நின்று அவன் முதுகை தடவிக்கொடுத்தாள். சேரில் உட்காந்திருந்த காஜா ரோஜாவின்மீது சாய்ந்து சரிந்து கீழே விழுந்தான். ரோஜா பிடிப்பதற்குள் முழுமையாக சரிந்தான். நேராக கீழே படுக்க வைத்தாள். கண்கள் சொருகிக்கொண்டிருந்தது.

எழுந்துபோய் ஃபேனை வேகமாக வைத்துவிட்டு மீண்டும் அவன் அருகில் ஓடிவந்து, “தண்ணி குடிக்கிறீங்களா? என்ன ஆச்சுங்க? எனக்குப் பயமா இருக்கு என்ன செய்யுது? ஆஸ்பத் திரிக்குப் போலாமா?” என்று அவள் கேட்டுக் கொண்டிருக்கும் போதே காஜாவின் கைலி முழுவதும் ஈரமானது. சோபாவில் இருந்த தலையனையை எடுத்து அவன் தலையை மெதுவாக தூக்கிவைத்தாள். வேறு ஒரு கைலியை எடுத்துவந்து அவனுக்கு மாற்றிவிட்டு, வீட்டிற்கு அருகில் இருக்கும் கடையில் உதவி கேட்டாள். அவர்கள் வந்து பார்த்துவிட்டு காஜா இறந்து விட்டதாக கூறினார்கள்.

அதிர்ந்து போன ரோஜா, “இல்லண்ணா அவருக்கு மயக்கம் தாண்ணே, டாக்டர்ட்ட காமிச்சா சரியாகிடும். வாங்கண்ணே

ஆஸ்பத்திரிக்குத் தூக்கிட்டுப் போலாம்” என்று பயம் கலந்த அழுகையுடன் கெஞ்சினாள்.

“இருங்க்கா பக்கத்துல டாக்டர் இருக்காரு கூப்ட்டு வர்றேன்” என்று ரோஜாவிடம் கூறிவிட்டு அருகில் இருக்கும் மருத்துவரை அழைத்துக்கொண்டு வந்தான். அவரும் வந்து பார்த்துவிட்டு இறந்துவிட்டதாகக் கூறினார். என்ன நடக்கிறது என்று அவளுக்குப் புரிவதற்குள் எல்லாம் முடிந்திருந்தது.

காய்ச்சல் வருவதுபோல கண்கள் எரிந்தது. ரோஜாவுக்குத் தூங்கினால் நன்றாக இருக்கும் என்று தோன்றியது. அந்த அறையிலிருந்த கட்டிலில் வெள்ளையால் ஆன மெத்தை விரிப்பை விரித்து வைத்திருந்தனர். தலையணை உரை, போர்த்திப்படுக்க பெட்சீட் அனைத்தும் வெள்ளையாக இருந்தது. கட்டிலிற்கு அருகில் சின்னதாக ஒரு மேஜையின்மீது தண்ணீர் வைக்கப்பட்டிருந்தது.

அதைப் பார்க்கும்போது ரோஜாவிற்கு மனதிற்குள் இருக்கும் வெறுமை “என்னோட சேர்த்து இந்த ரூமுமா இத்தால இருக்கு. அவரு இருந்திருந்தா, நீங்களுஞ் சேந்து இத்தால இருந்திருக்க வேண்டாம்” என்று மனதுக்குள் சொல்லிக்கொண்டே பெட்சீட்டைப் போர்த்திக்கொண்டாள். ரோஜாவுக்கு பெட் சீட்டை முகம்வரை போர்த்தித் தூங்குவது வழக்கம். முகம்வரை போர்த்தியும், தூக்கம் வருவதற்கான எந்த அறிகுறியும் இல்லை. மனது முழுவதும் காஜாவின் நினைவுகளே கனமாக இருந்தன.

காலை ஏழுமணி ஆனதும் வழக்கம்போல எழுந்தாள் ஜெனி. தூங்கிக்கொண்டு இருக்கும்வரை அவளின் வீட்டில் எந்த மாற்றத்தையும் உணராதவள் கண் விழித்ததும் வீட்டிலிருந்த அமைதி அவளுக்கு ஏதோ செய்தது. ஜெனி ஒரே பொண்ணு. பன்னிரெண்டாம் வகுப்பு படித்துக்கொண்டிருக்கிறாள். காஜாவிற்கு ஏற்பட்ட திடீர் மாரடைப்பு. ஜெனியின் அத்தாவிற்கு உடம்பு சரியில்லை என்றுகூறி அவளை பள்ளியிலிருந்து அழைத்துவந்தான், ஜெனியின் பெரியப்பா பையன். ஏதோ கனவில் பார்த்ததாக நினைவு ஜெனிக்கு. வெள்ளைத் துணியில் தலைமுதல் கால்வரை போர்த்தி ஒரு கட்டிலில் படுக்க

வைத்திருந்தனர். வீட்டின் உள்ளே வந்ததும் அவளின் அத்தாவைப் பார்த்த அந்தக் காட்சியை அவளால் மறக்க முடிய வில்லை. வீடுமுழுவதும் கூட்டம். ஏன் என்று புரியாது குழப்பமாக அனைவரையும் பார்த்தாள். யாரோ ஒருவர் போர்த்திருந்த வெள்ளைத் துணியை திறந்ததும் அதன் உள்ளே அவளின் அத்தாவின் முகம். கண்கள் கலங்க இருதயம் படபடவென அடித்தது. அன்று முழுவதும் அம்மாவுடனே இருந்தாள் ஜெனி.

ஜெனி அறையிலிருந்து வெளியில் வந்ததும் மகரிபா "ஜெனி பாத்ரூமுக்கு போய்ட்டு டீய வாங்கி குடிமா" என்றாள்.

"சரிங்க ராதிமா" என்று போனாள் ஜெனி.

கையில் டீ கப்புடன் ஹாலிற்கு வந்ததும் மகரிபாவிடம் "அம்மா எங்க ராதிமா" என்றாள்.

"இனிமே இந்த ரூம்லதே ஓங்கம்மா இருக்கும். வெளில வரக்கூடாது. இதுலதான பாத்ரூமு இருக்கு. ஆம்பளைங்க வருவாக போவாக அங்கிட்டு இங்கிட்டு போய்ட்டு இருக்க முடியாதுல" என்றாள் பாயில் அமர்ந்தவாறு மகரிபா.

என்ன கூறுகிறார் என்று பாதி புரிந்தும் புரியாமலும் அவள் சொன்ன அறையை நோக்கிப்போனாள் ஜெனி. உள்ளே போனவள் அம்மாவைப் பார்த்ததும் "அம்மா..." என்று அலறினாள். வெள்ளை பெட்சீட்டால் முகம் வரை போர்த்தித் தூங்கிக்கொண்டிருந்த ரோஜா திடுக்கிட்டு விழித்தாள்.

"என்னாச்சு ஜெனி, என்னாச்சு" என்று பதறிப்போய் எழுந்து அருகில் வந்தாள். அப்போதுதான் ரோஜாவை வெள்ளைச் சேலையில் பார்த்தாள் ஜெனி. கையில் வைத்திருந்த டீ கப்பை கீழே போட்டு அதிர்ந்தாள். டீ கப் உடையும் சத்தம் கேட்டு மகரிபா, சைலா, ஆமினா மூவரும் உள்ளே வந்தனர்.

ரோஜாவின் வெள்ளை சேலையைப் பிடித்து இழுத்துக் கொண்டு "அம்மா... இந்த சேல வேணாம்மா. இத கழட்டுங்க, இது வேணா. என்னால இந்த சேலைல உங்கள பாக்க முடியலமா. அம்மா ப்ளீஸ்மா... அத்தாவையு இப்டித்தே

பொத்தி வச்சுருந்தாங்க. அப்றோ தூக்கிட்டு போய்ட்டாங்க, இப்போ அத்தா நம்ம வீட்ல இல்லம்மா. நீங்களு ஏ வெள்ள போட்ருக்கீங்க எனக்குப் பயமா இருக்கும்மா இது வேணாம்மா. அம்மா... ப்ளீஸ்ம்மா வேணாம்மா..." என்று கத்திக்கொண்டே ரோஜாவின் முந்தானையை இறுக்கமாகப் பிடித்திருந்தாள். தன் தோள்பட்டைமேல் கையைவைத்து அழுத்திக்கொண்டே பொண்ணுக்கு எப்படி ஆறுதல் கூறவேண்டும் என்று தெரியாமல் தவித்துக்கொண்டிருந்தாள் ரோஜா.

சைலா ஜெனியின் கையை எடுக்க முயற்சி செய்தாள். அவளது பிடியை எடுக்க முடியாமல் சட்டென்று கையில் அடித்தாள் மகரிபா. ஜெனி அழுகையை நிறுத்துவதாகத் தெரியவில்லை. மகரிபா ஜெனியை பக்கத்திலிருக்கும் அறைக்குள் அழைத்துச்செல்லுமாறு கூறினாள். எரிச்சலுடன் ரோஜாவைப்பார்த்து "ஏ... ஓ மகளுக்கு ஒன்னுஞ் சொல்லி வளக்கலையாக்கூ, இதெல்லா தெரியாதா? இத்தால இப்டித்தே இருக்கனும்னு?"என்றாள் சைலாவு. ஆமினாவு ஜெனியை பக்கத்து அறைக்குள் அழைத்துச்சென்றனர்.

"புதுமையானத் தேர் வருது புள்ளைய புடுறா புருசாண்டாளா, ஒன்னு தெரியாம லச்சனமா வளத்துருக்கீக" என்று முனங்கிக் கொண்டே ரோஜாவின் அறையிலிருந்து வெளியேறினாள் மகரிபா.

ஜெனியின் அறைக்குள் போனாள் மகரிபா. அவளின் அழுகையை கட்டுப்படுத்த முடியாமல் ஆமினாவும், சைலாவும் போராடிக்கொண்டிருந்தனர். மகரிபாவைப் பார்த்ததும் எழுந்து வந்து, "ராதிமா நீங்க சொல்லுங்க, எல்லாருங் கேப்பாங்க ராதிமா பிளீஸ் வேணான்னு சொல்லுங்க" என்று மகரிபாவின் கையை பிடித்துக்கொண்டு அழுதாள் ஜெனி. பட்டென்று கோவத்துடன் "அழுகைய நிறுத்துறியா என்னா..." என்று அதட்டினாள்.

அழுகையையும், சத்தத்தையும் நிறுத்திவிட்டு அவளையே பார்த்தாள் ஜெனி. "ஒக்காரு." என்று கட்டளையிட்டாள் மகரிபா. ஜெனி அங்கே இருந்த கட்டிலில் அமர்ந்தாள்.

“இன்னு சின்ன பாப்பாவா நீ இதெல்லா தெரியாம இருக்க. பொண்டாட்டியா இருந்தா இதெல்லா செய்யணும். இத்தால இருக்குறதுன்னா சும்மாவா. அவருக்குன்னு செய்ய வேண்டிய கடமன்னு இருக்குல. கூட வாழ்ந்ததுக்கு என்னா அர்த்தோ. வெள்ளசேலகட்டி இருந்தாவுல அவருக்கு கபுருல (மண்ணறை) வெளிச்சம் கெடைக்கும். நாளு மாசம் பத்து நாளு, பத்து நாழிகை இப்டித்தே இருக்கணு. நாப்பது நாளு கடுமையாத்தே இருக்கணு. மொறப் பையங்க, மக வழி ஆம்பள பிள்ளைங்க, அந்நிய பொண்ணுக (மற்ற மதத்தவர்கள்), மாசமா இருக்குற பொண்ணுங்களக்கூட பாக்கக்கூடாது. ஒருவேள வகுத்துல வளர்ற புள்ள ஆணா, பொண்ணான்னு யாரு கண்டா அல்லாவுக்குதே வெளிச்சோ” என்று சொல்லிவிட்டு சிறிது நேரம் அமைதியானாள் மகரிபா.

“இத்தால இருக்குறவுக பேசுற சத்தோங்கூட வெளில கேக்க கூடாதுவே, நாளு செவுத்துக்குள்ளதே இருக்கணு. தலைல போட்ருக்க சேல எப்பவு எடுக்காம போட்ருக்கணு. நாளுமாசோ முடிஞ்சு அவுக்கும்போது தலமுடி செடப்புடிச்சு பேயிரு சிலருக்கு. இத்தால இருக்குறதுன்னா சும்மாவா நான்லா உங்க ராதா (அப்பாவின் அப்பா) இறக்க போறாருன்னு தெரிஞ்சதுமே வெள்ள சட்ட, மக்கனா(தலைத்துணி), எல்லாத்தையு ரெடி பண்ணி வச்சுட்டன். ஒங்கம்மாவு அப்டித்தே இருக்கணு” என்றாள் சைலா அவள் பங்கிற்கு.

ஆமினா மெதுவாக மகரிபாவிடம், “ஏக்கா ரோஜாவுக்கு சின்ன வயசுதான இவ்வளவு கட்டுப்பாடு தேவையா, ஜெனிய பாத்தாலு பாவமா இருக்கு அம்மாவ இந்தக் கோலத்துல பாக்கணும்ல” என்று அவள் சொல்லி முடிப்பதற்குள் கடு கடுவென, “இப்ப மூடிட்டு நிக்கிறியா என்ன. தெரியாமத்தே சொல்லிட்டு இருக்கமா” என்று ஆமினாவை கண்டிப்பதுபோல கூறியவுடன் எதுவும் பேசாமல் அமைதியானாள்.

“சட்ட திட்டம்ன்னு எதுக்கு சொல்லிருக்காக. அல்லாவு, ரசூலு (முகம்மது நபி) என்னா சொல்லிருக்காக. நீ இன்னு சின்ன புள்ள இல்லைல, பன்னண்டாவது படிக்கிற, எல்லாத்தையு நீயு தெருஞ்சுக்கணும்லவே” என்றாள் மறுபடியும் சைலா.

“சட்டதிட்டோ ஒண்ண செய்ய சொல்லுச்சுனா நாம இன்னு கட்டுப்பாட்டுலதே இருக்கணு. பொம்பளைங்களுக்குத்தே எல்லா விதுச்சுருக்காக. எந்தப் பிரச்சனையு வந்துரக் கூடாதுன்னுதே இவ்வளவு சட்டதிட்டோ போட்ருக்காக. எல்லாத்தையுந் தெரிஞ்சு நடந்துக்க.நாளைக்கு இது ஒனக்குந்தேன்றத மறந்துறாத” என்றாள் மகரிபா. கண்களில் நீர் வடிந்து கொண்டிருந்தது ஜெனிக்கு.

ஒவ்வொருவரையும் மாறிமாறி பார்த்துக்கொண்டிருந்தாள். அவளின் மனதில் ஏற்பட்டுள்ள பயத்தினை எப்படி சொல்லிப் புரியவைப்பது என்று தெரியாமல் வார்த்தைகளற்று அமர்ந்திருந் தாள். ஜெனியின் கண்ணீரில் இருக்கும் வலியை இவர்களால் உணர முடியாது.

அவர்கள் பக்கத்து அறையில் பேசிக்கொண்டிருந்த சத்தம் ரோஜாவிற்கு சிறிது சிறிது காதில் விழுந்தது. “அத்தா இல்லாத பிள்ளகிட்ட என்ன பேசுறதுன்னு தெரியாதா இவங்களுக்கு” அவர்களிடம் நேரிலும் சொல்ல முடியாமல் மகளை எண்ணி தவித்தாள் ரோஜா. அவர்கள் மூவரையும் எப்படித் தனியாக சமாளிப்பாள் என்று பயந்துகொண்டிருந்தாள்.

அன்று முழுவதும் ரோஜாவை ஜெனி பார்க்க அந்த அறைக்குள் வரவே இல்லை. காஜா இறந்து இரண்டாவது நாள் என்பதால் அவளைப் பார்க்க நிறைய நண்பர்களும், பக்கத்திலிருப்பவர்களும் வந்துகொண்டே இருந்தனர். மையத்தை எடுத்த மறுநாள் வெள்ளைச்சேலை கட்டுவது காஜாவின் குடும்ப வழக்கம் என்பதால் உறவுகளில் சிலரும் வந்துகொண்டிருந்தனர்.

இத்தாவிலிருக்கும் பெண்ணையும் பார்க்க வேண்டும் என்பதால் இரவுவரை வந்துகொண்டே இருந்தனர். காலை யிலிருந்து எதுவும் சாப்பிடவில்லை ஜெனி. ஆமினா ஜெனி யிடம் எத்தனைமுறை கூறியும் அவள் வேண்டாம் என்று மறுத்து விட்டாள். ஆமினா ஜெனி எதுவும் சாப்பிடவில்லை, அழுது கொண்டே இருக்கிறாள் என்பதை மகரிபாவிடம் கூறினாள்.

“அழுது, அழுது காரியஞ்சாதிக்க பாக்குறாளா. கண்ணீர் போச்சுனா கட்ட மிஞ்சும். ஒரு நா சாப்டலனா ஒன்னு ஆகாது. குண்டி காஞ்சுச்சுனா குதுர தானா கொள்ளுத்தேடி வரும். நீ போய் மத்த வேலையப் பாரு” என்று அலட்டிக்கொள்ளாமல் கூறினாள் மகரிபா.

மணி பதினொன்றைத் தொட்டுவிட்டது. வீட்டில் அனைவரும் சாப்பிட்டுவிட்டுப் படுப்பதற்குத் தயாரானார்கள். ஆண்கள் யாரும் இல்லாததால் மகரிபா, சைலா, ஆமினா மூவரும் ஹாலில் படுத்துக்கொண்டனர். ஜெனி அவள் தலையணையையும், பெட்சீட்டையும் கையில் எடுத்துக் கொண்டு ரோஜாவின் அறைக்குள் சென்று கதவை அடைத்தாள். காலையிலிருந்து ஜெனியை பார்க்காத பரிதவிப் பிலிருந்த ரோஜா, அவளை பார்த்ததும் அணைத்துக் கொண்டாள். இரு வரும் வெளியில் இருக்கும் அவர்களுக்கு சத்தம் கேட்காமல் அழுது தீர்த்தார்கள்.

“வேணாண்டா அழுகாத தூங்கு. சாப்ட்டியா ஜெனி” என்றாள் ரோஜா.

“அம்மா காலைல ராதிமா எண்ட்ட பேசினாங்கம்மா. வெள்ளச்சேலதான் கட்டுணுன்னு சொன்னாங்க. இதான் நம்ம மார்க்கம் இப்படித்தே இருக்கணுன்னு சொன்னாங்க. இன்னும் நாலுமாசத்துக்கு இப்டித்தே இருக்கணுமாம்மா. ஓங்கல நா இப்டித்தே பாக்கணுமாம்மா, எனக்குத் தாங்க முடியலம்மா. அம்மா பெட்சீட்ட மட்டுமாச்சு மாத்துங்கம்மா” என்று சொல்லும்போதே ரோஜாவை இறுக்கமாகக் கட்டிக்கொண்டு அழத்துவங்கினாள்.

“சரிடா அழாத போதும். இந்தக் கூட்டத்துலதான நாம இருக்கோம் இதுக்கெல்லா கட்டுப்பட்டுத்தே போகணும்” என்றாள் மகளின் கண்ணீரை துடைத்துக்கொண்டே ரோஜா. யோசித்துக்கொண்டே படுத்திருந்த ஜெனி அம்மாவைப் பார்த்து,

“ஏம்மா வீட்டுக்காரு எறந்துட்டா, பொண்ணுங்க வெள்ள சேலை கட்டணு அப்போதா கபூர்ல வெளிச்சம் கிடைக்கும்ன்னு

ராதிமா சொன்னாங்க. அது மாதுரி மனைவி எறந்துட்டா கணவன் வெள்ள ட்ரெஸ் போடுவாங்கலாம்மா" என்றாள்.

"இல்லடா இது ஆம்பளைங்களுக்கு இல்ல. இத்தா பொண்ணுங்களுக்கு மட்டுந்தே சொல்லிருக்காங்க" என்றாள் மகளின் தலையைத் தடவிக்கொண்டே ரோஜா.

"அப்போ, பொண்ணுங்களுக்கு கபுர்ல வெளிச்சம் வேணாமாம்மா" என்றாள் மறுபடியும் ஜெனி.

"எதையும் யோசிக்காம தூங்குடா..." மகளின் கேள்விக்கு பதில் சொல்லத் தெரியாமல் ஜெனியின் தலையைத் தடவி தூங் கவைத்தாள். அழுது அழுது கலைத்த கண்கள், யோசித்து யோசித்துச் சோர்ந்த மனதிலிருந்து திடீர் என்று ஜெனிக்கு ஒரு கேள்வி தோன்றியது.

"ஏம்மா, இந்த சட்டம், ஹதீஸ் இத எழுதுனது எல்லாம் ஆம்பளைங்களாம்மா..?"

நசீபு

"வெயில் தாங்கலம்மோவ்... உசுரப்போட்டுப் படுத்துது. கடைக்குப் போகச் சொல்லலாம்ண்டா தெருவுல ஒரு பயபுள்ளையுங் காணல. ஏவே செரினா மோரு ஏதாவது குடிக்கத் தர்ரியா..?" வீட்டுக்குள் பார்த்து சத்தம் கொடுத்தார் சுபைதா.

"இந்தா எடுத்துட்டு வர்றேம் பூட்டிமா" என்றாள் செரினா.

"கல்யாணம் முடிஞ்சு மூனுமாசந்தே ஆகுது, இன்னுங் கொஞ்ச நாளைக்கு லீவு எடுத்துக் கூட இருடானா... யாரு கேக்குறா நம்ம பேச்ச" என்று சொல்லிக்கொண்டே வெத்தலப் பெட்டியை எடுத்தார் சுபைதா.

வீட்டில் சுபைதாவும், செரினாவும் மட்டுமே இருந்தார்கள். சுபைதாவின் பேரன் ரியாசின் மனைவிதான் செரினா. திருமணம் முடிந்து மூன்று மாதங்களே ஆகியிருந்தது. ரியாஸ் போன மாதம்தான் லீவு முடிந்து சவுதியில் வேலைக்குப் போயிருந்தான். ரியாசின் அத்தாவும், அம்மாவும் உறவினரின் திருமணத்திற்குப் போயிருந்தார்கள்.

காலை பன்னிரெண்டை தொடப்போவதால் வெயில் மண்டையைப் பிளந்துகொண்டிருந்தது. கோடைமழை பெய்வதற்கு எந்தவித அறிகுறியும் இல்லாததால் வெயிலின் தாக்கத்தை மக்களால் தாங்க முடியவில்லை. தேனி மாவட்டத் தின் கம்பம்தான் சுபைதா பிறந்தது, வாக்கப்பட்டது இரண்டுமே.

மேற்குத் தொடர்ச்சி மலையின் அடிவாரத்தில் அமைந்துள்ளதால் மழையும், குளுமையும் அதிகமாக இருக்கும். வெயில் காலத்தில், அந்த மூன்று மாதத்தை மக்கள் ஏதோ பாலை வனப்பகுதியில் வசிப்பதுபோல பேசிக்கொள்வார்கள்.

அதுவும் கிழடுகெட்டைகள் ஊரைப் புகழத்தொடங்கினார்கள் என்றால் உட்கார்ந்து கேட்டுக்கொண்டே இருக்கலாம். வீட்டுக்கு வெளியில் இருந்து உள்ளே வந்த சுபைதா தனது வழக்கமான இடத்தில் அமர்ந்தார். மோரை எதிர் பார்த்துக் கொண்டே வெத்தலப் பெட்டியை திறந்து வெத்தலை போடு வதற்கு ஆயத்தமானார். வீட்டுக்குள் நுழைந்ததும் பெரிய ஹால் அதில் இருக்கும் அறையில்தான் சுபைதாவின் மகனும், பேரனும் வெளியில் இருந்து வரும் ஆண்களை சந்திக்கும் அறையாக வைத்துள்ளனர். அந்த ஹாலில் பெண்கள் அமர் வதற்கு அனுமதி இல்லை. ஹாலை கடந்து உள்ளே சென்றதும் சின்னதாய் ஒரு முற்றம் அதனைச் சுற்றி அறைகள், அடுப்படி அதில் ஓர் மூலையில், இன்னும் ஒரு ஹால் அதில்தான் வெளியில் இருந்து வரும் பெண்களோ, உறவினர்களோ வந்தால் அமர்வார்கள். வீடு முழுவதும் தேக்கு மரங்களால் ஆன பொருட்கள் இருந்தன. முற்றம் இருப்பதால் வீடு முழுவதும் நன்றாய் வெளிச்சம் நிறைந்திருக்கும். செரினா வந்ததுக்குப் பிறகு அவைகளை இன்னும் அழகு சேர்க்கும் வகையில் நிறைய செடிகளை வளர்த்தாள். பார்ப்பதற்கு கண்களுக்குக் குளிர்ச்சியாக இருக்கும்.

அதில் வெயில் படாத ஒரு இடத்தில் சுபைதா ஒரு காலை சம்மணம் இட்டு ஒரு காலை திண்ணையிலிருந்து தொங்க விட்டது போன்று அமர்ந்து, "ட்டொய்ங்... ட்டொய்ங்... ட்டொய்ங்..." என்ற சத்தத்துடன் கொட்டப் பாக்கை இடி உலக்கையில் இடிக்கத் துவங்கினார். பாக்கை இடித்து முடித்த பின்பே வெத்தலையையும், சுண்ணாம்பையும் போட்டு இடிப்பார். பாக்கு இடிக்கும்போது மட்டும்தான் இந்த சத்தம் வரும்.

செரினா, மோரை கலக்கிக் கொண்டே "பூட்டி மியூசிக்க ஆரம்பிச்சுட்டாங்க, இன்னக்கி வீட்ல யாருமில்லாதனால

பூட்டிதான் நமக்கு டைம்பாஸ். பூட்டியோட ஸ்டோரிய கேக்க வேண்டியதுதான்" என்று முணுமுணுத்தபடியே மோரை இரண்டு பெரிய டம்ளர்களில் ஊற்றினாள் செரினா. சுபைதா வின் பக்கத்தில் அமர்ந்து அவளுக்கு ஒரு டம்ளரைக் கொடுத்துவிட்டு செரினாவும் ஒன்றை கையில் எடுத்துக் கொண்டு அமர்ந்தாள். மனதுக்குள் வெயிலைத் திட்டிக் கொண்டே பாக்கு நன்றாக பொடி ஆகிவிட்டதா என்று உலக் கையை ஒரு கிண்டுகிண்டி பார்த்தார் சுபைதா. மெதுவாக பேச்சைத் துவங்கினாள் செரினா.

"ஏம் பூட்டிமா, நீங்க எப்போ பொறந்தீங்க உங்க பெர்த்துடே எப்ப?" என்றாள் செரினா.

"வருசம்லாம் தெரியாதுவே. ஏ... ராதிமா சொல்லும்... நா பொறக்குறதுக்கு ரெண்டு மாசத்துக்கு முன்னாடிதே சுதந்திரோ கிடச்சுச்சுன்னு. இப்போ எத்தன வருசோ ஆகுதுன்னு நீ கணக்கு பண்ணிக்க. ஏ வயசு என்னன்னு" என்றார் சுபைதா.

"அப்போ கல்யாணம் எப்போ நடந்துச்சு ஒங்களுக்கு?" என்றாள் செரினா.

"அந்தக் காலத்துல சீக்கிரமாவே கல்யாணம் முடுஞ்சுரும்வே. எனக்குப் பதினாறு வயசுல முடுஞ்ச்சு. அங்குட்டு ஒன்ற வருசத்துல ஓ மாமனாரு பொறந்துட்டாரு" என்று சுபைதா சொல்லிக்கொண்டே சிரித்தார். பப்பாளி சிவப்பு என்று சொன்னால் அவருக்கு அப்படியே பொருந்தும். கண்களில் மை போட்டது போலயே அவருடைய கண் அமைப்பு. வெள்ளை பஞ்சுமிட்டாய் போல தலைமுடி. வட்டமான முகம். எந்த பொருட்களும் அணிய மாட்டார். கணவன் இறந்தபோது கழற்றியது. மறுபடியும் அவற்றை அணியாமலேயே அவ்வளவு அழகு.

சுபைதா சிரித்த அந்த ஒரு நிமிடத்தில் இதை அனைத்தையும் ரசித்தாள் செரினா. ஐய்ஸ்வரியா ராயெலாம் என்னா அழகு..? பூட்டி இந்த வயசுலையே இவ்வளவு அழகா இருக்கு சின்ன வயசுல எப்படி இருந்துருக்கும். சோ... குட்ன்னு" கொஞ்சணும்போல இருந்தது செரினாவுக்கு.

"ஒங்க கல்யாணத்தப் பத்தி சொல்லுங்க" என்றாள் செரினா.

“ம்ம்ம்... நடந்துச்சு. நா ரெண்டாவது, ஏ வீட்டுக்காருக்கு. மொத சம்சாரோ இறந்துருச்சு” என்றார் எந்த வித உணர்ச்சியும் இல்லாமல்.

“ஏம் பூட்டி... நீங்க வேணான்னு சொல்லிருக்கலாம்ல, ஏ ரெண்டாந்தாரத்துக்குச் சம்மதிச்சிங்க” என்றாள் செரினா.

“ஆமா, எண்ட்டதான சம்மதோ கேப்பாக. நல்லா கேப்பாகலா. எல்லா நசிபுவே (இறைவன் விதிச்சது). இந்த காலத்துப் புள்ளைக கனக்கா இல்லமோவ். சொல்றவுகல கட்டிக்கிட்டுத்தே வாழணு. இந்த வீடுதே நா வாக்கப்பட்டு வந்த வீடு. ஓ தாத்தா பெரிய சொத்துக்காரு. தோட்டோ, வயலு, கல்லக்காடு, ஏலமலன்னு எல்லா இருந்துச்சு. ஓ மாமனாரு தலையெடுத்ததுக்கு அப்பறோ கொஞ்சோ கொஞ்சோ மாத் திருக்காரு வீட்ட. ஆம்பளைக வந்தா பாக்குறதுக்கு முன் ரூம்மு வச்சுருக்காகல்ல அதுலதே வயல்ல இருந்து வர்ற நெல்லு மூடைய அடுக்குவாக, கல்ல காட்டுல இருந்து வர்ற கல்ல மூடைகல அடுக்குவாக, இப்போதே இப்டி மாத்திக்கிட்டாக” என்றாள் சுபைதா.

“ஏம் பூட்டிமா தாத்தா எப்படி நல்லா பேசுவாகலா உங்கள்ட்ட சின்னவயசுலையே கல்யாணம் பண்ணிட்டதுனால நல்லா பாத்துக்கிருவாங்களா” என்று மெதுவான குரலில் செரினா கேட்டாள்.

“ம்ம்ம். சோறு நேரத்துக்குக் கிடச்சுரும், வருசத்துக்கு ரெண்டு சேல, நல்லாதான பாத்துக்கிட்டாக” என்றார் சுபைதா. முகம் எந்த உணர்ச்சியையும் வெளிப்படுத்தவில்லை.

“பூட்டிமா... நா அத கேக்கல” என்று அழுத்தினாள் செரினா.

“ம்ம்ம்... புரியுது புரியுது” என்றுகூறி மௌனமாக இருந்தார் சுபைதா.

‘அய்யோ எதுவும் தப்பா கேட்டோமோ’ என்று பதறிய நிலையில் செரினா சுபைதாவைப் பார்த்தாள்.

“இப்போ கொஞ்ச நாளுக்கு முன்னாடிதேவே யோசிச்சுப் பாத்த... என்னலாம் பேசிருக்கோம்ன்னு. ம்ம்ம், சரிங்க, இல்லங்க, ஆமாங்க, இதத்தவர ஏதுவும் பேசுனதா நெனவுல

இல்ல. நா சின்ன வயசுலயே புர்தா, சலாத்துன்னாரியா, பதுரியத்து (இறைவனை புகழ் பாடுவது) இதெல்லாம் நல்லா ராகமா ஓதுவன். கல்யாணோ முடிஞ்சு பதினஞ்சு நாள், பக்கத்துவீட்டு அக்கா கூட மதர்சாவுல பயானு (இஸ்லாமிய மார்க்கம் பற்றிய சொற்பொழிவு) சொல்றாக போய்ட்டு வர்றன்னு சொன்னன். ஒரு அற விழுந்துச்சு. 'ஓஞ்சவுரியத்துக்கு முடிவு பண்ணிட்டு பேசுறதுக்கு இது ஒங்கப்பெ வீடுயில்ல'ன்னு அவரு சொன்னதுக்கு அப்புறோந்தே புருஞ்ச்சு, ஓ ... நம்ம புருசே வீட்லருக்கோமோன்னு. அதுல இருந்து எதுவுங் கேக்குறது இல்ல, சொல்றது இல்ல. புள்ளையு ஒன்னுதே. அடுத்து நிக்கல. அதுவு ஆம்பள புள்ளங்கிறதுனால கல்யாணோ காட்சின்னு எதுவும் பேசவேண்டிய சூழலுமில்லாமப் போச்சு. அவுகளே எல்லாத்தையும் பாத்துக்கிட்டாக. ஓ... மாமனாரு அவுக அத்தாவ பாத்தே வளந்ததுனால அவனு அவுகள எங்கன்னு வந்துட்டே. அவுக அத்தா கொணத்த கொண்டுட்டே. ஓ மாமியால நெனச்சாத்தே எனக்குப் பாவமா இருக்கும். எனைய கணக்கா இன்னொருத்தி இந்த வீட்டுல வாழ்றான்னு" என்று சொல்லி முடித்து அமைதியானார் சுபைதா.

மனதில் ஏதோ கனத்துடன் செரினாவும் அமைதியாக அமர்ந்திருந்தாள்.

பிசிறடித்த குரலுடன் மீண்டும் தொடங்கினார் சுபைதா, "ஆனா ஒண்ணு மட்டும் ஏ ஈரக்கொலையில கெடந்து அறுத்துக்கிட்டே இருக்குவே" என்றார் சுபைதா.

"ஏ பூட்டிமா? ஏ இப்டி பேசுறீங்க, என்னாச்சு..?" என்று சுபைதாவின் பஞ்சுபோன்ற கையைப் பிடித்தாள் செரினா.

"யாருகிட்டையுஞ் சொன்னது இல்லவே. ஓ மாமியாவுக்குக்கூட தெரியாது. மனசுல இருக்குறத சொல்லிரன்னு சொல்லு வாங்க இல்லனா மையத்து கனக்குமாம். நாளைக்கு என்னிய தூக்கிட்டுப் போகும்போது என்னத்த மனசுல வச்சுருந்தாளோ பாதகத்தி இம்புட்டு கனோ கனக்குறான்னு யாரும் பேசிற கூடாதுல. அதே ஒண்ட்ட சொல்றன். யார்ட்டையு சொல்லிறாத ஏ ராஜாத்தி" என்று சொல்லிக்கொண்டே செரினாவின் நாடியை பிடித்தார் சுபைதா.

“ஏ பூட்டிமா, நா யார்ட்டையுஞ் சொல்லமாட்டன். சொல்லுங்க” என்றாள் செரினா.

“ம்ம்ம். இவரு. ம்ம்ம்? சட்டுன்னு பேரு நெனவுக்கு வர மாட்டேங்கிது” என்று சொல்லிக்கொண்டே யோசித்தார் சுபைதா.

“ஆ... ராஜிவ் காந்திய குண்டுவெச்சு கொன்னுட்டாகன்னு பரபரப்பா எல்லாரு பேசிட்டு இருக்காக. இவுகளால வெளிய போக முடியல, ஒரு வாரமா காச்சவே ஒங்க தாத்தாவுக்கு. ரெம்ப தொழண்டுட்டாரு. நாந்தே கொல்லைக்கு கூப்ட்டுப்போக, ஈரத்துணி வச்சு தொடச்சு பெரக்கி எல்லாஞ் செஞ்சி... அப்போ அவுக அண்ணே பாத்துட்டு இப்டி இருக்கது சரியா படல நா வைத்தியர வரச்சொல்றன்னு சொல்லிட்டு போனாரு”.

“வைத்தியரு வந்து பாத்துட்டு என்னையவே கூப்ட்டு தாங்காது இன்னு மூனு ரவ்வுதேன்னு சொல்லிட்டுப் போய்ட்டாரு. எனக்கு உசுர புடுங்குனது மாதிரி இருந்துச்சு” என்று சொல்லிக்கொண்டே கண்களை மூடி அவர் அமர்ந்திருந்த இடத்திற்கு பக்கத்திலிருந்த மரத்தூணில் சாய்ந்தார். சுபைதா விற்கு மங்கலாகக் காட்சிகள் தோன்றின.

சுபைதாவின் கணவரின் நிலை அறிந்த வீட்டில் உள்ளவர்கள் வீட்டை ஒதுக்கும் வேலையில் மும்முரமானார்கள். பெரிய குடும்பம் என்பதால் சொந்தங்களின் கூட்டம் அதிகமாக இருக்கும். அதனால் ஏதும் ஆவதற்குள் சீக்கிரம் செய்ய வேண்டும் என்று அவர்களுக்குள்ளேயே பேசிக் கொண்டனர்.

கணவரின் அந்த நிலையை கேட்டதும் சுபைதாவால் தாங்கிக்கொள்ள முடியவில்லை. கணவரின் அறையை நோக்கி நடந்தாள். மனதிற்குள் ஓடும் எண்ண அலைகளை அவளால் கட்டுப்படுத்த முடியவில்லை. அவர்முன் அழுதாள், ஏதோ நேர்ந்தது என்று கவலை கொள்ளுவாரோ என்ற பயம் சுபைதாவை வாட்டியது. கணவரின் அருகில்போய் அமர்ந்தார். கணவனின் கையை தன் இரு கைகளைக் கொண்டு பற்றிப் பிடித்தாள். ஏதேதோ பேசவேண்டும் என்று துடித்தாள்.

"த...ண்...ணி எடுத்துட்டு வா" என்று சிறுத்த குரலில் தண்ணீர் கேட்டார் சுபைதாவிடம். உடனே எழுந்து தண்ணீர் எடுக்க அடுப்படிக்கு சென்றாள். அங்கிருந்த உறவு பெண் ஒருத்தி "சுபைதா" என்று அழைத்தாள்.

"அக்கா" என்று செம்பையும், டம்ளரையும் கையில் எடுத்துக் கொண்டு அருகில் போனார்.

"சுபைதா, நா சொல்றத கேளு. நல்லதோ கெட்டதோ இப்டி சொல்றன்னு தப்பா நெனக்காத. நீ அவர்ட்ட, "நா என்ன செஞ்சிருந்தாலும் மன்னுச்சுருங்கன்னு மன்னிப்புக் கேளு" என்றாள்.

"ம்ம்ம்" என்ற பதிலுடன் அவர்களிடம் எதுவும் பேசாமல் சீக்கிரமாக கணவரின் அறையை நோக்கி நடந்தாள். கணவன் மனைவி உறவுக்குள் யாராவது இறக்கும் நிலையில் இருந்தாள் அவர்களிடம் மன்னிப்பு கேட்பது இந்தப் பகுதியின் வழக்கம். மனதில் இருக்கும் பாரம் குறையும் என்பார்கள்.

தண்ணீரைக் கொஞ்சமாக டம்ளரில் ஊற்றி கணவரின் வாய் பக்கத்தில் வைத்து, "ஏங்க தண்ணி குடிக்கிறீங்களா?" என்றார் சுபைதா.

மெதுவாக வாயைத் திறந்து அவள் ஊற்றிய தண்ணீரை வாங்கி மெதுவாக குடித்தார். பக்கத்திலிருந்த மேஜையின் மீது தண்ணீரை வைத்துவிட்டு கணவனையே பார்த்துக் கொண்டிருந்தவள், அவரின் கைகளைப் பிடித்துக்கொண்டாள்.

"நா எதும் தப்பு செஞ்சிருந்தா மன்னுச்சுருங்க" என்று சொல்லும்போதே அடக்கி வைத்திருந்த அழுகை வெளிவந்தது.

"ம்ம்ம். நீ உள்ள போ. இங்க ஆம்பளைங்க வருவாங்க, மகன வரச்சொல்லு" என்று முனகலாகச் சொன்னார்.

கண்களில் இருந்து வடிந்து கொண்டிருந்த நீரை செரினா துடைக்கும் உணர்வில் விழித்தார் சுபைதா.

"அன்னக்கி அதாவே நா அவர்ட்ட பேசின கடைசி வார்த்த. மறுநாள் இறந்துட்டாக. இறக்குறவரைக்கு நெனவெல்லா நல்லாத்தே இருந்துச்சு. மகன்ட்ட அம்புட்டு பேச்சு பேசுனவரு

என்ட்ட எதுவுமா சொல்ல தோணல. பெண்டாட்டினா அவகளுக்கு ஆக்கிப்போடுறதுக்கும் துணிய தொவக்கிறதுக்கும் படுக்குறதுக்கும் மட்டுமா? சாக போகைல கூடவா எம்மேல பாசோ வரலன்னுதாவே எனக்கு வருத்தம். எந்த தப்புஞ் செய்யாம நா ஏ மன்னிப்புக் கேட்டன்னு நெரையா நாளு வேதன பட்ருக்கன்" என்று கண்களில் நீர் வடிய கூறினார் சுபைதா.

"பூட்டிமா விடுங்க நீங்க அழுகுறத பாத்தா மனசு கஷ்டமா இருக்கு. சரி, நம்ம வேற பேசலாம்" என்றாள் செரினா.

"ரியாசு போன் போட்டானாவே... நல்லா இருக்கான்ல" என்று சுபைதா கேட்ட அடுத்த கணமே, "காலைல பேசுனாங்க பூட்டிமா, அப்பறோ பேசுறன்னு சொன்னாங்க" என்றாள் செரினா.

"ஏம் பேரேந்தேவே எனக்கு எல்லாமே சின்னதுல இருந்து என்ட்டதே சாப்டுவே என்ட்டதே தூங்குவே. வெளிய போய்ட்டு வரும்போது எனக்குப் புடிக்கும்ண்டு மறக்காம வெத்தல வாங்கிட்டு வந்துருவே, பாசக்காரே. மத்த ஆம்பளைக மாரி அவன் இல்ல. திருப்பிக் கூப்பிட்டா என்ட்ட குடு நானு பேசுற" என்றார் சுபைதா.

"சரிங்க பூட்டிமா தர்றேன். நீங்க பேசுங்க. ஓங்க அத்தாவைப் பத்தி சொல்லுங்க" என்றாள் செரினா.

"நா பொறந்தது பெரியகுடும்பம். அஞ்சாவது புள்ள நானு, எனக்கடுத்து மூணு பேரு. ராதா, ராதிமா (தாத்தா பாட்டி) இருந்தாங்க. அத்தான்னா எங்க எல்லாருக்கும் ரொம்ப பயம். வய்ய (திட்ட) மாட்டாரு ஒரு பார்வதே. ரொம்ப ஸ்டிக்கு (strict) எல்லாரும் பேசிட்டுஇருக்குற சத்தம் கேட்டாக்க அவரு வீட்டுக்குள்ள வரும்போதே ஒரு செருமல். இன்னும் அந்த கரகரன்ற சத்தோ ஏ காதுல கேக்குது. அவ்ளோதான் கப் சிப். நீங்க சொல்லுவீகல்ல ஜைலண்ட்ட், அப்டி"

"ஓங்க அத்தாட்ட நிறைய பேசுவீங்களா..? ஓங்களுக்கு ஏதாவது வேணுன்னா எப்படி கேப்பீங்க" என்று செரினா மறுபடியும் தொடங்கினாள்.

"என்னாண்டு கேக்க முடியும்வே. அத்தா எடுத்து குடுக்குற ட்ரேஸுதே. அம்மா ஆக்குற சாப்பாடுதே. அதுவு அத்தாவுக்கு

புடுச்ச மாதுரி. அப்போறோ அண்ணனுகளுக்குப் புடுச்ச மாதுரி ஆயிடுச்சு. நம்ம என்னத்த கேக்குறது. வேணும்டு கேட்றத்தே முடியுமா. ஒடனே எங்க அம்மா கண்ண உருட்டும். அப்டியே போயிடுச்சு." என்றார் சலித்தக் குரலில் சுபைதா.

"ஒரு நோம்புக்கு எல்லாருக்கும் துணி எடுக்குறதப் பத்தி அத்தா, அண்ணே எல்லாரும் பேசிட்டு இருந்தாங்க. நா எனக்குப் பட்டு பாவாட தாவணி கேட்டன்" என்று சொல்லிக் கொண்டே சுபைதா பழைய நினைவுகளுக்குள் போனாள்.

சுபைதாவின் அத்தாவும், அண்ணன்களும் பேசிக் கொண்டிருக்கும்போது எல்லாரும் சுற்றி நின்றுகொண்டிருந் தனர். சுபைதா மெதுவாக, "இந்த வருசோ எனக்குப் பட்டுப் பாவாட தாவணி வேணும்த்தா" என்றாள். அத்தா அவளை லேசாகப் பார்த்ததுபோல இருந்தது. மற்றவர்கள் கவனித்தது போல இல்லை. சுபைதாவோ அவளின் விருப்பத்தை கூறி விட்டதாகவும், அத்தாவிடம் முதன்முதலாய் கேட்கிறோம் கண்டிப்பாக செய்வார் என்று நினைத்துக்கொண்டாள். துணி எடுத்து வந்த அன்று, ஆவலாக பட்டுப் பாவாடை தாவணியைத் தேடினாள் சுபைதா. அவர்கள் வழக்கம்போல எல்லாருக்கும் எடுப்பது போலவே சுபைதாவிற்கும் துணிகளை எடுத்து வந்தனர். பட்டில் எதுவுமே இல்லை. யாருடைய துணிகளையும் பார்ப்பதற்கு சுபைதாவிற்குப் பிடிக்கவில்லை. அவளுக்காக எடுத்ததையும் கையில் கூடத் தொட்டுப் பார்க்கவில்லை.

அவளின் அம்மாவும் பெரிதாகக் கண்டுகொள்ளவில்லை. நோன்பு அன்று எல்லாரும் குளித்துவிட்டு புதுத்துணி மாற்றி விட்டனர். சுபைதா மட்டும் அவளின் ஆசை நிறை வேறாததால் துணியை மாற்றாமல் அப்படியே இருந்தாள். அம்மாவும் தொழுகையை முடித்துவிட்டு மதியத்திற்கு சமையல் செய்வதில் கவனமானாள். பிரியாணி எல்லாம் கடந்த முப்பது வருடங் களாகத் தான். அதற்குமுன் குஸ்கா, கறிக்குழம்பு தான். மசாலாவை கையில் அரைத்து வைப்பார்கள். தொழு கையை முடித்து வீடு திரும்பிய ஆண்கள் அனைவரையும் ஆராத்தி எடுத்து வீட்டிற்குள் அழைப்பது வழக்கம். வீட்டிற்குள் வந்ததும் பெரியவர்கள் வீட்டில் இருப்பவர்களுக்கு, சிறியவர்களுக்கு பணம் கொடுப்பார்கள். அதற்காகவே குழந்தைகள் அவர்களின்

வருகைக்காகக் காத்திருப்பார்கள். அப்படி கொடுக்கும் போது தான் சுபைதாவைத் தேடினார் அவளின் அத்தா.

"அக்கா அந்த ரூம்லதே இருக்காகத்தா. இன்னு துணிய மாத்தல நேத்து போட்டதுதே போட்ருக்கு" என்றான் சுபைதா வின் குட்டித் தம்பி.

"சுபைதாம்மா, ஏ என்ன செய்ற ?" என்ற சத்தத்துடன் அவள் இருந்த அறைக்குள் நுழைந்தார்.

உள்ளே இருதயம் படபடக்க தலையில் துணியை சரி செய்தவாறு எழுந்து நின்றாள். "அத்தா..."

"ஏ இன்னு புதுத்துணிய மாத்தாம..."

"எனக்கு அது புடிக்கலங்த்தா" என்று மிகவும் சத்தம் குறைவாக கூறினாள் சுபைதா.

சுபைதாவின் அம்மாவைச் சத்தமாக அழைத்தார். அவர் அறையின் உள்ளே வந்ததும், யாரும் எதிர்பாராமல், இடது கையை ஓங்கி அவளின் வலது கன்னத்தில் ஒரு அறை விட்டார்.

"நட்டனையா.. ? எடுத்துக்கொடுத்தத போட முடியலையோ. சொன்னா சரின்னு கேக்குறத விட்டுட்டு பதில் பேசுற மாதுரி பிள்ளைய வளத்து வச்சுருக்க. வீட்ல புள்ளைக என்ன செய் யுதுன்னு பாக்காம அங்க என்னத்த கழட்டிட்டு இருக்க" என்று கூறிக் கொண்டே பல்லைக் கடித்தார்.

அந்தக் காட்சியில் இருந்து திடுக்கிட்டு எழுவதுபோல நினைவுக்கு வந்தார் சுபைதா.

"எங்க அம்மா அழுதுட்டே இருந்தாங்க. அப்போ இருந்து மூனு வருசோ எங்கத்தாட்ட நா சுத்தத்துக்கு எதுவும் பேசல. அவரும் பேசல" என்றார் சுபைதா.

"பாதி காலோ இப்படி இருந்துச்சுன்னா புள்ளைங்க காலத்துல நல்லா இருப்பாங்கன்னு சொல்லுவாங்க" என்று செரினா முடிப்பதற்குள் சட்டென தொடர்ந்தார் சுபைதா.

"ஓ மாமனார லேசு பட்டவன்னு நினைக்காத. அவன், விடாக்கண்டன்லையும் கொடாக்கண்டன்" என்றார் சுபைதா.

“அப்டீன்னா...” என்று கேட்டுக்கொண்டே எழுந்தாள் செரினா.

“எங்க போற... இரு அந்த கதையு கேட்டுப்போ” என்றாள் சுபைதா.

“இருங்க பூட்டிமா பாலுக்கு ஏனம் (பாத்திரம்) வச்சுட்டு வர்றன்” என்றாள் செரினா.

“ம்ம்ம்” என்று சொல்லிவிட்டு விட்ட வேலையைத் துவங்கினார் சுபைதா. வெற்றிலையை எடுத்து அவளின் தொடைமேலிருந்த சேலையில் துடைத்தாள். பெட்டியில் இருந்த மூன்று வெற்றிலைகளை முன்பின் துடைத்ததும் சுண்ணாம்பு தடவி இடியுரலுக்குள் திணித்தார். செரினா வந்து அமர்ந்ததும், “ஏ பால்காரே இப்போவா வர்ரண்டானா” என்றார் சுபைதா.

“இல்ல பூட்டிமா, நாம பேசிட்டு இருக்கோ ரெண்டு மணிக்கு பால் ஊத்த வந்துருவாங்க, பேச்சு கவனத்துல மறந்துட்டா” என்று பதிலளித்தவாறு சுபைதாவின் பக்கத்தில் சம்மணமிட்டு அமர்ந்தாள் செரினா.

“சொல்லுங்க மாமா என்ன பண்ணாரு” என்றாள் செரினா.

“ஒங்க மாமியாவ கட்டுன புதுசு. சம்மந்தி வீட்டுக்குப் போயிருந்தி. எல்லாருந்தே, போன எடத்துல தலவலி வந்துருச்சு. ஒனக்குத்தே தெரியும்ல. எனக்கு உச்சிவலி வந்தா தாங்காம உருளுவேன்னு. அதுக்குத் தைலமு மாத்திரையும் குடுத்தாக. நா இதெல்லா எனக்குச் சேராது நொச்சி, கீழா நெல்லி, குப்ப மேனி எலைய புடுங்கி அரச்சு தலையில அப்புனாத்தே கொரையும் எதுக்கு அடங்காது இந்த வலின்னு சொன்னேன். அதுக்கு சம்மந்தி ‘ஏமா ஆஸ்பத்திரியில காமிச்சா காசு கொரஞ்சுருண்டுகைவைத்தியம்பாத்துபழகிட்டிங்கலாக்குன்னு’ கிண்டலடிச்சாரு. வீட்டுக்கு வந்தது ஓ மாமனாரு தையா தக்கான்னு குதிச்சான்.”

“ஏ என்னாவா. தப்பா எதுவுஞ் சொல்லலைல” என்றாள் புரியாமல் செரினா.

“ம்ம்ம். அவருக்கு மானம் போச்சாம், மரியாத போச்சாம், அவருக்குன்னு ஒரு கவுரவம் இருக்காம். நா எம் மகே ஆஸ்பத் திரிக்கே கூப்ட்டு போகமாட்டே அப்டீன்ற மாதிரி பேசிட்டேனாம். அப்போ முடிவு பண்ணிட்டேன். என்னால அவரு கெளரவத்துக்கு இழுக்கு வந்துரக் கூடாதுன்னு. எங்க அப்பன்ட்டையும், புருசன்ட்டையும் இருந்துருக்க. சிங்கமு, புலியுங்கணக்கா அவுக. இவர்ட்டையும் எதுவுஞ் சொல்றது இல்ல. அவரு வெளிநாட்டுக்குப் போய்ட்டு வந்ததுல இருந்து எனக்கு ரொம்பப் புடுச்ச சலாத்துன்னாரியா, பதிரியத்து பாத்தியா எல்லாத்தையு ஓத கூடாதுன்னு சொல்லிட்டாரு. அவரு கட்டளைதான அம்புட்டும்” என்று சொல்லி முடித்து கண்களை மூடி யோசித்தவாறு அமர்ந்திருந்தார் சுபைதா.

சட்டென்று விழித்து செரினாவைப்பார்த்தாள். ஏதோ சரி என்பதுபோல தலையை அசைத்துக்கொண்டே செரினாவை அருகில் அழைத்தாள். செரினாவும் ஏதோ ரகசியம் கேட்பது போல தலையை நீட்டினாள்.

குறைந்த சத்தத்தில், “ஒன்னு சொல்றவே. நல்லா மனசுல வச்சுக்க ஓனக்கு ஆம்பள புள்ளைப் பொறந்தா இவிங்கல கணக்கா வளத்துறாத. எதுண்டாலும் இவுகல எதிர்பாத்து இருக்க வேண்டியதுதே, என்னிய மாதிரி. தாய் மனச புருஞ் சதுகதேன் கூட பொறந்ததுக, பொண்டாட்டிய, மக, மருமகள புருஞ்சுக்குருங்க. வளக்கும்போது இருந்தே சொல்லி வளத்துரு. அப்போறோ என்னிய கனக்கா எல்லாத்தியு எழந்துட்டு வெத்தல இடிச்சுக்கிட்டே பொலம்ப வேண்டியதுதே” என்று சுபைதா சொல்லி முடிப்பதற்கும் செரினாவின் போன் அடிப்பதற்கும் சரியாக இருந்தது.

“போன் அடிக்கிது யாருன்னு பாத்துட்டு வர்ர பூட்டிமா” என்று சொல்லிக்கொண்டே வேகமாக அவளின் அறையை நோக்கி நடந்தாள் செரினா.

அறையினுள் செரினா பேசும் தொனியைக்கண்டதும் சுபைதா பேரன்தான் என்பதை உறுதிப் படுத்தினாள். பேரனின் குரலைக் கேட்க ஆவலுடன்காத்திருந்தார்சுபைதா. சுபைதாவின்

கண்கள் மின்ன, உடலில் புதிதாக இரத்தம் பாய்வதுபோல இருந்தது சுபைதாவிற்கு.

"யாருவே ரியாசா?" என்றார் சுபைதா.

"ஆமா. பூட்டிமா இந்தா வர்றேன்" என்று சத்தமாக சுபைதாவிற்கு பதில் கொடுத்துவிட்டு, "பூட்டிமா ஓங்கள்ட்ட பேசனுன்னு சொன்னாங்க அவங்கள்ட்ட கொடுக்கவா" என்றாள் செரினா.

"ம்ம்ம் குடு" என்றான் ரியாஸ்.

"பூட்டிமா இந்தாங்க பேசுங்க" என்று போனைக் கொடுத்தாள்.

"ரியாசு... நல்லாருக்கியாவே. என்னா செய்ற சாப்டியா"

"சாப்டே, ஆஃபிஸ்ல இருக்கே இப்போதான் டீ பிரேக் டைம். அதான் போன் போட்டேன்" என்றான் ரியாஸ்.

"சரிவே நேரத்துக்குச் சாப்டு ஒடம்பப் பாத்துக்க. நம்மூர்க் காரங்க கூடவே சேருத்தா. கண்டவங்கெக்கூட சேந்து பழக்க வழக்கத்தெ மறந்துராத. ஊருக்கு வந்து நீயும் ஓங்க அத்தாவ கணக்கா பாத்தியா, இல்ல, தர்கா ஹராம்ணு சொல்லீராதத்தா..." சுபைதா பேச்சை முடிப்பதற்கு முன்பே குறுக்கிட்டான் ரியாஸ்.

"ராதிமா என்ன செய்யனு, என்ன செய்யக்குடாதுன்னு எங்களுக்குத் தெரியாதா..? இதெல்லாம் நீ சொல்லாதமா ஓ வேலைய மட்டும் பாரு" என்று கடுப்பான குரலில் சொன்னான் ரியாஸ்.

போனை வாங்கும்போது சுபைதாவின் கண்களில் ஒளிர்ந்த வெளிச்சம், மெல்ல அணையத் தொடங்கியது. அவரின் கண்களில் சட்டென கண்ணீர் நிறைந்தது. மென்மை படர்ந்திருக்கும் முகம் இறுக்கமானது.

கொஞ்ச நேரத்தில் சுபைதா வெத்தலை இடிக்கும் சத்தம் செரினாவிற்கு கேட்டது. அது வழக்கத்தைவிட வலிமையானதாக இருந்தது.

பரக்கத்

"எக்கா... ஜன்னத்தக்கா இங்க வந்து பாரு... ஓ மகே செஞ்சுருக்க காரியத்த..!" என்று தெருக்குழாயில் தண்ணீர் பிடித்துக்கொண்டே சத்தம் போட்டாள் பேகம். பெரிய இரண்டு தெருக்களை இணைக்கும் சந்தில் தெருக்குழாய் அமைந்திருந்தது. சிறிது சிறிதாக நான்கு ஐந்து முட்டுச் சந்துகளும், அடர்த்தியாக வீடுகளும் அங்கிருந்தன. அந்த ஊரிலேயே முதன்முதலில் அவர்களின் சந்துக்குத்தான் அடிகுழாய் போட்டார்கள் என்று புதிதாக வருபவர்களிடம் பெருமை பேசுவார்கள் அப்பகுதி மக்கள்.

அதிகமாக அந்தத் தெருவில் இருப்பவர்கள், சொந்த வீட்டுக் காரர்களாகவே இருந்தனர். இரண்டு மூன்று அடுக்கு மாடி வீடுகளும், நிறைய குடிசை வீடுகளும், ஓட்டு வீடுகளும் இருந்தன. அதில் ஒரு பெரிய காம்பவுண்டு வீடும் இருந்தது. அந்தத் தெருவில் ஜன்னத், கணவன் இன்றி ஒரு மகனுடன் சிறிய குடிசை வீட்டில் இருந்தார். ஜன்னத்திற்கு ஒரு கண்ணில் பூவிழுந்தது என்று கூறுவார்கள். அன்று வெள்ளிக்கிழமை காலையில் தெருக்குழாயில் தண்ணீர் வந்துவிட்டது. பெண்கள் காலை வேலைகளைப் பார்த்துக்கொண்டே தண்ணீர்ப் பிடிப்பது என்பதே சிரமமான வேலை, அதிலும் குழந்தைகளை பள்ளிக்கு அனுப்பும் நேரத்தில் இவை நடந்தால்..?

“நாசமா பேறவே எந்த நேரத்துல தண்ணிவிடுணும்ன்னு தெரியாதா.. ? பொசகெட்டவே” இன்னும் திட்டுவதற்கு என்ன என்ன வார்த்தைகள் உள்ளதோ அனைத்தையும் பெண்களிடம் இருந்து கேட்கலாம், தெருக்குழாய்களில் தண்ணீர் வரும்போது.

“ஆமாடி, அவே நாசமா போனா பத்து நாளைக்கு விடுற தண்ணியும் விடமாட்டே. கொடம் நெறஞ்சுருச்சு மூடிட்டு தூக்கிட்டுப்போ” என்றாள் பக்கத்தில் நிற்கும் பெண் ஒருத்தி. இவ்வளவு பரபரப்பிலேயும் ஜன்னத்தின் மகனைப் பார்த்தவுடன் சத்தம் குடுத்தாள் பேகம்.

பேகத்தின் சத்தம் கேட்டுத் திடுக்கிட்டாள் ஜன்னத். மனதிற்குள் ஏதேதோ ஓடின “அவனுக்குத் தண்ணி போடும் பழக்கம் இல்லையே. அத எங்கினையும் பழகிட்டானா?” என்று மனதிற்குள் புலம்பிக்கொண்டே வெளியில் வந்தாள். அந்த சந்தின்துவக்கத்திலேயே அவனையும் உடன் ஒரு பெண்ணையும் நிற்க வைத்திருந்தனர். அவனைச் சுற்றி பெண்கள் கூடி விட்டனர். ஜன்னத்திற்கு ஒரு கண்ணில்தான் பார்வை என் பதால் பதறிய நிலையிலேயே அருகில் போனாள். ஜன்னத் பார்ப்பதற்கு குட்டையாக இருந்தாலும் உழைத்து உழைத்து இறுகிய உடல். மகன் நிஜாம் லாரியில் டிரைவராக வேலை செய்கிறான். ஆந்திராவுக்கு அடிக்கடி லாரியில் போனவன் அங்குள்ள பெண்ணை விரும்பி தன்னுடன் அழைத்து வந்து விட்டான். ஆந்திராவைப் பூர்வீகமாகக் கொண்டவள். ஒல்லியான உடல் வாகு, வெள்ளைநிறம், சுருட்டை முடி. பார்த்த உடன் ஈர்க்கும் முக அமைப்பு. நேர்வாகு எடுத்து பின்ன லிட்டிருந்த சடை இடுப்புவரை நீளமிருந்தது. புடவையைத் தலையில் போட்டு அவனுடன் நின்றிருந்தாள். இதற்கு நேர் எதிரானவன் நிஜாம். நிஜாமின் மீது கொண்ட அதீத அன்பினால் அவனுடன் வாழ ஆசைப்பட்டு வந்துவிட்டாள். தமிழ் கொஞ்சம் தெரிந்து வைத்திருந்தாள் அந்தப் பெண். லாரியில் இருந்து இறங்கும் நாள் என்று எதிர்பார்த்து காத்திருந்த ஜன்னத்திற்கு அந்த நிகழ்வு அதிர்வை ஏற்படுத்தியது.

“அடப்பாவி யாருஞ் செய்யாத காரியத்த, ஏண்டா இப்டி ஏ தலையில கல்லத்தூக்கி போட்ட? பாவிப்பயலே! எந்தக் காட்டுச் சிறுக்கியோ! எங்க இருந்துடா இவள இழுத்துட்டு வந்த?” என்று அழுதுகொண்டே அவனை அடித்தாள் ஜன்னத்.

“ம்ம்மா நல்ல புள்ளமா, எனக்கு ரொம்ப பிடிச்சு இருந்துச்சு. நம்ம குடும்பத்துக்கு ஏத்த பொண்ணுதேம்மா. அவளுக்கு யாருமில்லமா, நம்மாளுகதே” என்று கெஞ்சும் தொனியில் அவன் சொல்லி முடிப்பதற்குள் ஜன்னத் துவங்கினாள்.

“அட நாசமா போற பயலே, யாருமில்லாத அனாதச் சிறுக்கித்தான ஒனக்குக் கிடச்சுச்சு. அதுவுமில்லாம மூஞ்சியப் பாத்தா நம்மாளுக மாறியா இருக்கு. காஃபிரு (மற்ற மதத்தினரை அவ்வாறு கூறுவார்கள்) கூப்ட்டு நடுமனைல ஏத்தவா” என்று கத்திக்கொண்டே அவளையும் கன்னத்தில் இரண்டு அறை அறைந்தாள் ஜன்னத்.

“ம்ம்ம்மா, காஃபிரு இல்ல உருது பேசுற முஸ்லிமுதே” என்றான் நிஜாம்.

“துலுக்கப் பய மாதுரியடா பேசுற! காஃபிருகளோட சேந்துசேந்து எப்டி பேசுறே பாரு” என்று கோபத்திலும் பதட்டத்திலும் என்ன பேசுவதென்றே தெரியாமல் புலம்பினாள் ஜன்னத்.

சத்தம் கேட்டு பெரிய வீட்டு அத்தா வெளியில் வந்தார். அவர் பெயர் கான் முகமது என்றாலும் அந்தத் தெருவில் பெரிய வீட்டுஅத்தா என்றே அழைப்பார்கள். அவர் பேச்சுக்கு மறுப்பு கூறமாட்டார்கள். அனைவருக்கும் அவர்மேல் தனி மரியாதை உண்டு. உதவி என்று கேட்பதற்கு முன்பே அவர்களின் நிலை புரிந்து உதவி செய்வார். அவரின் சொந்த வீடுதான் அந்த காம்பவுண்டு வீடு. மிகவும் குறைந்த பணத்திற்கு வாடகைக்கு விடுவார். அங்கு வாடகைக்கு வந்து தங்குபவர்கள் வெளியூர் களுக்கு சென்றால் மட்டுமே மாறிப்போவார்கள்.

“ஏ... ஜன்னத்து ஏ... என்ன சத்தம் போட்டுட்டு இருக்க?” என்றார்.

“அத்தா... இவஞ் செஞ்ருக்க காரியத்த பாத்திங்களா..!” என்று கதறினாள் ஜன்னத்.

“ம்ம்ம்... கேட்டுக்கிட்டுதே இருந்தேன். அவனுக்குப் புடிச்ச புள்ளைய கட்டலாம்ன்னு கூப்ட்டு வந்துருக்கான். முஸ்லிம் புள்ளதான. என்ன நாம தமிழ் பேசுவோம். அவங்க உருது பேசுவாங்க. அவ்வளவுதான. அவ விருப்பத்த ஒண்ட்டதான சொல்றான். எங்குனையும் போய் கல்யாணம் பண்ணியா கூட்டிட்டு வந்துட்டான். அத்தா, அம்மா இல்லாத புள்ள ஜன்னத்து, ஒன்னிய அண்டி இருந்துக்கும். வீட்டுக்கு கூப்ட்டு போ. ஆக வேண்டியதப் பாரு” என்றார்.

“கல்யாணோம் என்னாண்டு முடுச்சானோ வீட்ல என்னான்டு ஏத்துறதுத்தா” கொஞ்சம் நிதானித்துக்கொண்டு ஜன்னத் கேட்டாள். அதற்குள் முந்திரிக் கொட்டையாய் முந்தினான் நிஜாம்.

“இன்னுங் கல்யாணம் முடிக்கலத்தா...”

“கல்யாணம் முடிக்காம சின்னப்பிள்ளைய வீட்ல வைக்க முடியாது நிஜாமு. இன்னக்கி சாந்தரோ மகரிபுக்கு அப்புறோம் கல்யாணம் முடிச்சர்லாம். நா ஜமாத்துல பேசிடுறேன்” என்றார் கான் முகமது.

பேகம் முன்வந்து “கல்யாணம் முடியுற வரைக்கும் பொண்ணு எங்க வீட்ல இருக்கட்டும்” என்றாள். மாலையில் மகரிபு தொழுது முடித்து வீட்டிற்கு வரும்போது கான் முகமது ஜமாத்துடன் வந்தார்.

“பொண்ணு பேரு என்ன நிஜாமு. அதாவது தெரியுமா..?” கான் சிரித்துக்கொண்டே கேட்டார்.

“வச்ச பேரு நொக்கத்து. நான் பரக்கத்துன்னு கூப்டுவேன்” என்றதும் கான் சிரித்துக்கொண்டே “பரக்கத். நல்ல பேரு, அதுவே இருக்கட்டும். நம்ம பக்கம் நொக்கத்துண்ணா புரியாது” என்றார். அனைவரின் சம்மதத்துடன் கல்யாணம் நடந்து முடிந்தது. ஜன்னத் கொஞ்சம் கொஞ்சமாக சமாதானமானார்.

“அத்தா ஒன்னு சொல்லணு” என்று தயக்கத்துடன் ஜன்னத் கூறினாள்.

“என்ன சொல்லு” என்றார் கான்.

"வீடு சின்னது அங்க தங்க சவுரியம் பத்தாது. அதுனால தனியா வீடு பாத்து வச்சுறலாம்ன்னு யோசிக்கிறேன்" என்று இழுத்தாள்.

"ம்ம்ம்... புரியுதும்மா. நம்ம காம்பவுண்டு வீடுகல்ள ஒன்னு காலியாத்தே இருக்கு அதுல இருக்கட்டும்" என்றார் கான்.

"சரிங்கத்தா." என்று ஜன்னத்தின் மகன் கூறினான்.

"சரிப்பா. மாசம் இருபது ரூபா வாடக குடுத்துரு. அம்மாவையும் சம்சாரத்தையும் நல்லா பாத்துக்க" என்றார் கான்.

"சரிங்கத்தா..." என்று சந்தோஷத்துடன் சென்னான் நிஜாம்.

புது வீட்டில் வாழ்க்கையைத் துவங்கினார்கள். ஜன்னத்தும் முதலில் கோபமாக இருந்தாலும், மகனின் பாசம் அவளை மாற்றியது. ஆந்திராவைப் பூர்வீகமாகக் கொண்டவள் என்றாலும் தமிழ்நாட்டில் ஒரு பகுதியில் உள்ள முஸ்லிம் கலாச் சாரத்தைக் கற்றுக்கொண்டாள். அங்கிருந்தவர்கள் ஒரே குடும் பத்தினரைப் போன்று பழகுவதால் அவர்களின் பேச்சுவழக்கு அவளுக்கும் அப்படியே வந்துவிட்டது.

திருமணமாகி எட்டு மாதங்கள் ஆயின. அந்தத் தெருவில் இருந்தவர்கள் பரக்கத்திடம் ஏதும் விசேசமில்லையா என்று கேட்க துவங்கினர். ஒவ்வொரு மாதமும் எதிர்பார்த்தாள் பரக்கத். ஒருநாள் இரண்டுநாள் தள்ளி இருந்தாலே இந்த மாதம் கரு உருவாகிவிட்டதோ என்று எதிர்பார்த்தாள். ஓரிரு நாட் களிலேயே தலைக்கு குளிக்கும்போது அவளால் அழுகையை அடக்க முடியவில்லை. திருமணமாகி ஒரு வருடம் முடிந்தது. முதல் திருமணநாள் அன்று லாரி ஓட்டம் முடிந்து வீட்டுக்கு வந்துவிட்டான் நிஜாம். பரக்கத்தை வெளியில் கூட்டிக் கொண்டுபோக ஆசைப்பட்டான்.

"பரக்கத்து, நாளைக்கு நாம வெளியில போகணும். சீக்கிரமாவே கெளம்பிரு. ஏஃபிரண்டுட்ட பைக்கு கேட்ருக்கன் அதுல போலாம்" என்றான் நிஜாம்.

"எங்க போறோம்" என்றாள் பரக்கத்.

"அதெல்லாம் சொல்லமுடியாது. நம்ம போகும்போது பாத்துக்க" என்றான் கொஞ்சும் தொனியில் நிஜாம்.

"இல்லங்க இன்னக்கி பீரியட் ஆகவேண்டியது. இன்னு வரல நாமவெளில போய் அலையுறதுல வந்துருச்சுன்னா. எனக்கு ரொம்ப கஷ்டமா இருக்கும்" என்றாள் பயத்துடன்.

"இங்க வாடி. ஏ அருமபொண்டாட்டி. புள்ள அல்லா குடுக்குறது. நம்ம எதுவும் செய்ய முடியாது. அவனுக்குத் தெரியும்ல எப்ப குடுக்கனும்ன்னு. சும்மா மூச்சுக்கு முந்நூறு தடவ அல்லா, அல்லான்னு சொன்னா போதுமா? நம்பு" என்று அவளை சமாதானப்படுத்தி சம்மதிக்க வைத்தான்.

மறுநாள் காலையில் பரக்கத் சீக்கிரமாக கிளம்பினாள். நிஜாம் வாங்கிக்கொடுத்த புதுச் சேலையைக் கட்டி, தலை நிறைய பூவைத்து அது வெளியில் தெரியாதவாறு தலையில் சேலையை போட்டுக்கொண்டு வண்டியில் ஏறினாள். முதல்முறை என்பதால் வண்டியில் உள்ளகம்பியை ஒருகையில் இறுக்கமாகப் பிடித்திருந்தாள். இன்னொரு கையில் சேலை தலையிலிருந்து கீழே விழாமல் அதையும் அவ்வப்போது சரிசெய்து கொண்டாள். அவள் முகத்தில் தெரியும் சந்தோசத்தை கண்ணாடியில் பார்த்து மகிழ்ந்துகொண்டே வண்டியை ஓட்டினான் நிஜாம்.

நேராக வண்டி வைகை டேமை நோக்கிப்போய் நின்றது. பரக்கத்திற்கு சந்தோசம் தாங்க முடியவில்லை.

"ஏங்க இந்த எடத்த நா ஒரு படத்துல பாத்துருக்கன்" என்று பரபரப்பாக கூறினாள். நிஜாமின் ஊரில் இருந்து நாற்பது நிமிடம். ஆனாலும் சந்தோசத்தில் களைப்பே தெரியவில்லை இருவருக்கும். டிக்கட் வாங்கிவிட்டு உள்ளே போனதும், அங்கு இருக்கும் செடி கொடியில் மலர்ந்திருக்கும் பூக்கள், பூப்போன்று தண்ணீர் வருவது அனைத்தையும் அதிசயமாகப் பார்த்தாள். சிறிதுதூரம் மேலே சென்றவுடன் குழந்தைகள் விளையாடுவதற்கு பூங்கா அமைக்கப்பட்டிருந்தது. அங்கு சென்றவுடன் பரக் கத்திற்கு சிரிப்பு அடக்க முடியவில்லை. கீழே விழுவதுபோல சிரித்தாள். நிஜாமிற்கு எதுவும் புரியாமல் அவள் சிரிப்பதையே பார்த்துக்கொண்டிருந்தான். இங்குவந்த பிறகு அப்படி அவள் சிரித்து ஒருமுறைகூட அவன் பார்த்தது இல்லை.

"ஏண்டி இப்டி சிரிக்கிற, என்ன..?" என்று அவனும் சிரித்துக்கொண்டே கேட்டான்.

ஒரு யானையின் சிலையை காண்பித்து மறுபடியும் சிரிக்க தொடங்கினாள்.

"என்னடி லூசு மாதிரி சிரிச்சுட்டு இருக்க. என்னன்னு சொல்லிட்டு சிரி" என்றான்.

"அந்த யானைய பாத்திங்களா குண்டி வழியா போய்ட்டு வாய்வழியா வர்ர மாதிரி கட்டிருக்காங்க" என்று சொல்லிக் கொண்டே குழந்தைபோல மறுபடியும் சிரித்தாள். சிறிது நேரத்திலேயே அங்கிருந்த குழந்தைகளுடன் சேர்ந்து அவளும் விளையாடத் துவங்கினாள். அங்கு விற்ற மாங்காய், சிப்ஸ், சர்பத் என்று சாப்பிட்டதால் மதிய உணவு தேவைப்படவில்லை இருவருக்கும். மாலை மணி ஐந்தை நெருங்கியது. வீட்டிற்குப் போவதற்கு தயாரானாள். இரவு நன்றாக தூங்கினாள் பரக்கத். பத்து நாட்கள் கடந்தபின்பு காலையில் எழுந்ததும் ஓமட்டிக் கொண்டு வாந்தி வந்தது. பரக்கத்தின் மாமியாரின் வருகைக்காக காத்திருந்தாள். பத்துமணிக்கு அவள் வந்ததும், பரக்கத் அவளிடம் கூறினாள். "நாள் தள்ளிப் போயிருக்கு மாமி" ஜன்னத்திற்கு மகிழ்ச்சி தலைக்கேறியது.

"இதுக்கு பேருதேல மசக்க. ஒனக்குப் புடிச்சத சாப்டு. இனிதே நீ கவனமா இருக்கணும். புடிச்சத சாப்டணும்ன்னு இஷ்ட்டத்துக்கு சாப்ட்டுட்டு இருக்கக் கூடாது. சத்தானதா சாப்டு. ஒனக்கு என்னா வேணுமோ என்ட்ட கேளு. அவன்ட்ட சொல்லிட்டியா" என்றாள் ஜன்னத்.

"வெளிய போய்ருக்காங்க வரவும் சொல்லணும்" என்றாள் பூரிப்புடன். நிஜாமிடம் சொன்னதும் தலைகால் புரியவில்லை. வேலைக்குப் போன நாட்கள் போக வீட்டில் இருக்கும் நாட்களில் அவளைத் தாங்கினான். பத்து மாதத்தில் ஒரு அழகான ஆண்குழந்தையைப் பெற்றாள். அழகாக நாட்கள் நகர்ந்தது. மாதங்கள் போய் வருடங்கள் ஆகின.

"ஏங்க இந்த மாசம் லாரிக்குப் போய்ட்டு சீக்கிரம்மா வந்துருங்க புள்ளைக்கு பொறந்தநாள் வருது" என்றாள். மறுநாள் லாரிக்குக் கிளம்பினான்.

“பரக்கத்து நா ஓனர்ட்ட பேசிட்டன். லாரி திரும்ப லேட் ஆச்சுன்னா நா அந்த தேதிய ஒட்டி பஸ்ல வந்துர்றன். கூட வர்றவுங்க லாரிய எடுத்துட்டு வந்துருவாங்க” என்றான்.

நாட்கள் கடந்து பிறந்தநாள் தேதி வந்தது. பரக்கத்தும் குழந்தையும் ஆவலுடன் எதிர்பார்த்தனர். பரக்கத்தின் கணவன் வேலை செய்யும் லாரியின் ஓனர் பெரிய வீடு அத்தா கானை பார்க்க வந்தார். ஜன்னத்தையும், பரக்கத்தையும் கான் ஆள்விட்டு அழைத்தார். இருவரும் வந்ததும் லாரியின் முதலாளி ஜன்னத்திடம் தயங்கித்தயங்கி வார்த்தைகள் தடுமாறி “அம்மா... லாரி திரும்ப வரும்போது மதுர பக்கத்துல வேற ஒரு லாரில மோதிடுச்சு...” என்று அவர் முடிப்பதற்குள் “அவருக்கு ஒன்னு ஆகலைலண்ணே” என்றாள் பரக்கத்.

“இல்லம்மா. ரெண்டு பேரு...” என்று அவர் கூறும்போதே புரிந்தது அவர்களுக்கு.

ஜன்னத் பெருங்குரலெடுத்து அழத்தொடங்கினாள். “என்ன பெத்தவனே, எனக்கு முன்னாடி என்னிய விட்டுட்டு போய்ட்டியா! ஏ புள்ள இல்லாம நா என்னாம்ப. ஏ ராசாவ நா என்னாண்டு பாப்ப” ஜன்னத்தின் குரல்கேட்டு தெருவே கூடின. பரக்கத்தால் அந்த அதிர்ச்சியில் இருந்து மீள முடியவில்லை. உலகமே நின்றதுபோல இருந்தது.

“அங்க ஆக வேண்டியத நான் பாத்துட்டன்த்தா இன்னு மூனுமணி நேரத்துல கொண்டுவந்துருவாங்க. இங்க நீங்க பாத்துக்கோங்க” ஜன்னத்தின் அருகில் போய் “உங்களுக்கு எந்த உதவினாலும் கேளுங்கம்மா” என்று சொல்லிவிட்டு கிளம்பினார் முதலாளி.

கான் கூறுவதற்கு வார்த்தைகள் அற்று அமர்ந்திருந்தார். அங்கு கூடியவர்கள் பரக்கத்தை அழைத்துக்கொண்டு போனார்கள். பரக்கத்தின் அமைதியைப் பார்த்து “அழுதுரு அழுதுரு...” என்று கூறிப்பார்த்தனர். ஆனால் அவள் அந்த அதிர்ச்சியில் இருந்து மீளவில்லை. மீண்டும் அனாதை ஆகிவிட்டதுபோல உணர்ந்தாள். உலகமே இருட்டிவிட்டதுபோல இருந்தது.

மூன்றுமணி நேரத்தில் பரக்கத்தின் கணவனைக் கொண்டு வந்தனர். போஸ்ட்மார்டம் செய்து குடுத்திருந்ததால் முகத்தை முழுமையாக யாராலும் பார்க்க முடியவில்லை. எல்லோரும் கதறும் சத்தம் கேட்டும் பரக்கத் அமைதியாகவே இருந்தாள். நிஜாமின் உடல் அருகில் அமர்ந்து முகத்தைப் பார்த்தவாறே அமர்ந்திருந்தாள். அரைமணி நேரத்தில் உடலை பள்ளி வாசலுக்குத் தூக்கிச்சென்றனர். அப்போதும் பரக்கத் அழ வேயில்லை என்பதை தெருவே பேசியது. ஒரு வாரம் கடந்தது. பரக்கத் மகனையும் மறந்து தன் நினைவே இல்லாமல் இருந் தாள். ஜன்னத்திற்கு பயம் வந்தது. எழுந்து பரக்கத்தின் அருகில் போனாள். பேகம் பரக்கத்திடம் ஏதேதோ பேசிப் பார்க்கிறாள். எதற்கும் அசைவு இல்லை அவளிடம்.

ஓங்கி பளார் என்று பரக்கத்தின் கன்னத்தில் அறைந்தாள் ஜன்னத். அப்போதுதான் நிலைகுத்தி நின்றிருந்த கண்கள் அசைந்தன.

“என்னாடி ஆச்சு ஒனக்கு. நீயு இப்டி இருந்து போய்ட்டனா புள்ளைய தெருவுலையாடி விடமுடியு. அவெஞ் சாப்டானா இல்லையான்னு பாத்தியா. ஏ எனக்கு மட்டு புள்ளையில்லையா நிஜாமு. கஷ்டமாத்தே இருக்கு. அதுக்கு அப்டியே ஒக்காந் திருந்தா போனது திரும்ப வந்துரும்மா. வருத்தோ வயித்துக்கு தெரியுமா? அடுத்தவேலையே பசிக்கும். அதாண்டி வாழ்க்க. எந்திருச்சு பொழப்ப பாப்பிய இருளடிச்ச மாதிரி ஒக்காந்துருக்கா” என்று கண்களில் கண்ணீருடன் சொல்லிக் கொண்டே நடந்தாள். நின்றிருந்த அம்மாவை ஓடிவந்து கட்டி அணைத்தான் பரக்கத் தின் மகன் காஜா.

“ம்ம்மா பசிக்கிது. ஏதாவது செஞ்சு குடும்மா” என்றான் காஜா. வெளியில் வந்த பரக்கத் மகனை தன் மார்போடு சேர்த்து அணைத்துக் கொண்டாள். அப்போது கண்ணீருக்கு இடையில் ஒன்றை முடிவு செய்தாள். மகனை பசியுடன் விட்டுவிடக் கூடாது என்று. கையில் இருந்த பணத்தை வைத்து ஒரு மாதம் ஓடியது. தினமும் பேகம் பரக்கத்தை வந்து பார்த்துவிட்டு குழந்தைகளுக்கு ஏதாவது ஒன்றை சாப்பிடுவதற்கு கொண்டு வருவாள்.

வீட்டுக்கு வந்த ஜன்னத்திடம் "மாமி கையில பணம் ஏது இல்ல அடுத்த மாசத்துல இருந்து என்ன பண்றதுன்னு தெரியல" என்றாள் பரக்கத். பகலில் வேலையை முடித்துவிட்டு பரக்கத்திற்குத் துணையாக வந்துவிடுவாள் பேகம். அன்றும் அவள் உடனிருந்தாள்.

"ஏதாவது வேலைக்குப் போகவா" என்றாள் பரக்கத்.

"புள்ளையை என்ன செய்வ? ஒன்னையவிட்டுட்டு இருக்க மாட்டானே" என்றாள் ஜன்னத்.

ஆழ்ந்து யோசித்துவிட்டு "பேசாம ஏதாவது கட போடுறியா" என்றாள் ஜன்னத்.

"ஏ... இட்லி கட போடுல நல்லா, ஏவாறோ ஆகும். அதும் ஓ பஞ்சு போல இட்லி தண்ணியா தேங்கா சட்னி கூடவே அந்த மொளகா சட்னி எல்லாருக்கும் புடிக்கும்ல. நமக்கு தெரிஞ்ச வேலைய நம்ம திருப்தியா பண்ணலாம். என்னா ஜன்னத்தக்கா நா சொல்றது" என்றாள் பேகம்.

"ஆமா பரக்கத்து அல்லா மேல ஈமான வெச்சு ஆரம்பிக்கலாம். ஒங்க மாமா ஓ புருசே சின்ன பயலா இருக்கும்போதே எறந்துட்டாரு. என்னா பண்றதுன்னு ஒன்னு வெளங்கல. நாம சும்மா இருந்தாலும் நம்ம வயிறு சும்மா இருக்குமா. புள்ளைக் காகவாவது ஏதாவது செய்யணும்ல. வட சுட்டுத்தே விக்க ஆரம்பிச்சேன். அதுல இருந்து வந்த பணத்துலதே அவன ஆளாக்குனே. அதுலதே ஏ... பேரு ஊர்ல எல்லாரு வட ஜன்னத்துன்னு கூப்ட ஆரம்பிச்சாக. நோம்பு நேரத்துல நல்லா ஏவாரம் இருக்கும். இட்லிக்கடைல என்ன வந்தர போகுதுன்னு யோசிக்காத அல்லா மேல ஈமான வை, அவே வெதச்சதுக்கு தண்ணி ஊத்த மாட்டானா" என்றாள் ஜன்னத்.

பரக்கத் மிகவும் தயக்கத்துடன் கேட்டாள் "இல்ல மாமி இன்னு இத்தா முடியல, அதா யோசனையா இருக்கு."

"படச்சவனுக்குத் தெரியாதா..? யாரு எதுக்காக என்னா செய்யிறாங்கன்னு? சட்டதிட்டமெல்லா நம்ம போட்டுக் கிட்டதுதானே. ஊரு பேசும்ன்னா, நேத்து என்னைய பேசுச்சு.

இன்னக்கி ஒன்னைய பேசும். நாளைக்கு யாரையோ? எப்பிடி இருந்தாலும் பேசுறவளுக பேசிக்கிட்டுத்தான் இருப்பாளுக. பேச்சு வரத்தாஞ் செய்யும். கண்டத யோசிக்காம வேலைய ஆரம்பி" என்று சொல்லிக்கொண்டே வெளியே நடந்தாள் ஜன்னத். பரக்கத்தின் மனதில் நம்பிக்கை துளிர்த்தது.

பரக்கத்தின் இத்தா காலம் முடிவதற்குள் வீட்டு வாசலில் ஓர் இட்லிக்கடை உருவாகிவிட்டது. இட்லியைப் பற்றிய பேச்சுத் தெரு முழுவதும் நிறைந்திருந்தது. யாரும் இத்தாவைப் பற்றி பேசவேயில்லை.

ஈமான்

தகரக்கதவை மெதுவாக அடைத்துவிட்டு கையில் தூக்கு வாளியைப் பிடித்துக்கொண்டு நோன்புக் கஞ்சி வாங்குவதற்காக அகமது பள்ளிவாசலை நோக்கி நடந்தான். கதவில் இருந்த ஓட்டையை மறைப்பதற்காக உள்ளே இருந்த திரைச்சீலையை இழுத்துவிட்டாள் பர்வீன். "இன்னுங் கொஞ்சநேரம் புள்ளைங்க தூங்கட்டும். நோம்பு தொறக்குற நேரத்துல எந்திரிச்சாங்கன்னா போதும். இப்பயே எந்திரிச்சா பசி தாங்கமுடியாது" என்று தனக்குள் முணுமுணுத்துக் கொண்டாள் பர்வீன்.

"இருபத்தி அஞ்சு நோம்பு முடுஞ்சுருச்சு. பாலு, பிஸ்கட்லயே நோம்ப நெறவேத்தியாச்சு. இப்பயாவது நல்ல சாப்பாடு செஞ்சு குடுக்கணும். அல்லா நல்ல வழியக் காட்டணும்" என்று எண்ணிக்கொண்டே அடுப்படிக்குள் நுழைந்தாள். அகமது தேனி துணிக்கடையில் பத்தாயிரம் சம்பளத்திற்கு வேலையில் இருக்கும்போது அவர்கள் வேறு வீட்டில் இருந்தார்கள். அவன் உணவிற்கு மூவாயிரம் போக மீதி பணத்தை வீட்டிற்கு அனுப்பி விடுவான். மாதம் மூவாயிரத்து ஐநூறு வீட்டு வாடகையும், குழந்தைகளை வளர்ப்பதற்கும் அகமதின் சம்பளம் போதுமான தாக இருந்தது. கொரோனோ காலத்தில் அனைத்து கடைகளும் அடைக்கப்பட்டபோது வேலைக்கு இருந்தவர்களின் பாடு திண்டாட்டமானது. அகமது வேலைபார்த்த கடையும் அடைக்கப்பட்டதால் கிளம்பி ஊருக்கு வந்துவிட்டான். அகமது

பர்வீன்தம்பதியருக்குப் பத்தாவது படிக்கும் மகனும், எட்டாவது படிக்கும் மகளும் உள்ளனர்.

அகமதும் பர்வீன் இருவரும் ஏழ்மையான குடும்பத்திலிருந்து வந்தவர்கள். கடந்த ஐந்து வருடங்களாகத்தான் அகமதுக்கு தேனி துணிக்கடையில் வேலை கிடைத்தது. நீண்ட வருடங்களுக்குப்பின் பர்வீனும் அகமதும் அப்போதுதான் நிம்மதியாக இருந்தனர். அதற்குள் கொரோனோ வந்து நிம்மதியைக் கெடுத்துவிட்டது.

கையிலிருந்த பணத்தை வைத்து சில மாதங்களே ஓடின. வீட்டிலிருந்த அட்வான்ஸ் பணம் குறையவும் வேறு வீடு பார்த்துப் போகவேண்டிய கட்டாயம் ஏற்பட்டது. கொரோனாவும் முடிந்தபாடில்லை. நாளுக்குநாள் கொரோனா பற்றிய பயமும், குடும்பம் குறித்த குழப்பமும் அதிகரித்துக்கொண்டே இருந்தன. காம்பவுண்டு வீடு போன்ற தோற்றம். வாடகைக்கு தகுந்தாற்போல வீடுகள் இருந்தன. அகமது அறுநூறு ரூபாய் வாடகையுள்ள வீட்டைத் தேர்வு செய்தான்.

தகரம் போட்டவீடு, கதவும் தகரக்கதவு. ஆங்காங்கே சிறுசிறு ஓட்டைகள், சிமெண்ட் தரை என்றாலும் சில இடங்களில் பெயர்ந்து இருந்தது. உள்ளே நுழைந்ததும் ஒரு ஹால் அதிலிருந்து உள்ளே சின்னதாய் ஒரு அடுப்படி. அறை என்று தனியாக எதுவும் இல்லை. அந்த வீட்டையும் பர்வீன் சுத்தமாக வைத்திருந்தாள்.

"அல்லாவோட கிருபைல சீக்கிரமா நெலம சரியாகிரணும்" அகமதுக்கும், பர்வீனுக்கும் எப்போதும் இதே எண்ணமே மனதில் ஓடிக்கொண்டிருந்தது.

வேலையும் இல்லாமல் வீட்டையும் மாற்றி இப்படி ஒரு சூழலுக்குள் வந்துவிட்டோம் என்று அகமதின் மனதிற்கு வேதனையாக இருந்தது. இரவுகளில் தூக்கமில்லாமல் இருந்தான். துணிக்கடை திறக்கிற வரை, ஏதாவது ஒரு வேலையைச் செய்து பிழைக்கவேண்டும் என்று யோசித்தான். எத்தனை நாள் குழந்தைகள் பசியைத் தாங்குவார்கள். இன்று

ஏதாவது ஒரு வேலையைக் கண்டுபிடிக்க வேண்டும் என்ற முடிவுக்கு வந்தவனாய் "பர்வீனு நா எப்டியாவது யார் கைய கால புடுச்சாவது ஏதாவது வேலைய பாக்குறேன்" என்று சொல்லிக்கொண்டே சட்டையைப் போட்டுக்கொண்டு கிளம்பினான்.

மதியம் பதினொன்றைத் தாண்டியது அவசரமாக வீட்டிற்கு வந்தான் அகமது. கையில் சிறிய பால் பாக்கெட்டும், இரண்டு பிரிட்டானியா பிஸ்கட் பாக்கட்டும் கொண்டுவந்தான்.

"இந்தால புள்ளைகளுக்கு இந்தப் பால காச்சி பிஸ்கட்ட குடு. நா சாயந்தரோ ஏதாவது வாங்கிட்டு வர்றேன்" என்று சொல்லிவிட்டு மறுபடியும் வெளியே கிளம்பினான். பர்வீன் பேசுவதற்கு இடம் கொடுக்காமலேயே முடித்துவிட்டு கிளம் பினான்.

பாலை காயவைத்து மூவரும் அந்த பிஸ்கட்டுடன் பசியைக் குறைத்தனர். மாலை ஏழுமணி ஆகியும் அகமது வீட்டிற்கு வரவில்லை எதிர்பார்த்து காத்திருந்தாள். வாடிய முகத்துடன் வீட்டிற்கு வந்தான். பர்வீனை பார்த்தவுடன் கண்கள் கலங்கின. எதுவும் கிடைக்கவில்லை என்பதுபோல தலையசைத்தான்.

குழந்தைகளை தூங்கவைத்துவிட்டு பர்வீன் மெதுவாக "என்னாச்சுங்க. வேல கிடைக்கலையா?" என்றாள்.

"இல்ல...ல" என்று சத்தம் குறைவாக பேசியவன் மனவேதனையையும், ஆதங்கத்தையும் அடக்க முடியாமல் "நம்ம முஸ்லிமா. நம்மதா கொரோனாவ மீட்டிங் போட்டு இழுத்துட்டு வந்தோமா. வெளியூர்ல வேல செஞ்சவுகளுக்கு உள்ளூர்ல வேல கொடுக்க யோசிக்கிறாக. கால்லகூட விழுந்து பாத்துட்டல. இனி பிச்ச எடுக்காததுதே பாக்கி. என்னா செய்யுறதுண்டே வெளங்கல. இந்த நாசமா போன கொரோனா வந்து நம்ம வயித்துல அடிக்கும்ன்னு நாம என்னா கனவா கண்டோம்" என்று கண்ணீருடன் வெளிப்படுத்தினான்.

"அல்லா அப்டியே விட்றமாட்டான். அவே மேல ஈமானோட இருப்போம். பாக்கலாம் ஏதாவது வேல கெடைக்கும். கவலப் படாம தூங்குங்க" என்று போர்வையை அவனுக்குப் போர்த்தி விட்டு அவளும் படுத்தாள்.

திடீர் யோசனையுடன் அகமதின் பக்கம் திரும்பி, “ஏங்க காலைல பாலும் பிஸ்கட்டும் கொண்டு வந்தீங்க ஏதுங்க காசு” என்றாள்.

“முத்தலிவு அண்ணே கடைக்குப் போனே, “அண்ணே ஏதாவது வேல குடுங்க என்ன வேலனாலும் பாக்குறேன்”.

“ஏன் அகமது ஒனக்கு என்னா ஏ சூழ்நெல புரியாதா? ஏவாறோம் படுத்துருச்சுன்னு நானே கடையில இருக்க ஆளுகள கொறச்சுட்டு இருக்கேன். இப்ப கேட்டீனா நா என்னா செய்றது.”

“அண்ணே அப்டி சொல்லாம ஏதாவது பண்ணுங்கண்ணே. புள்ளைக பசில இருக்குதுக.”

“சரி காலைல கட தொறக்குற நேரத்துல வந்து வாச கூட்டி தெளிச்சுவிடு, சம்பளமா குடுக்க முடியாது கடையில இருக்க பால் பாக்கட்டையும், பிஸ்கட்டு பாக்கட்டையும் வேணா தர்றேன் ஒனக்கு சம்மதம்ன்னா காலைல இருந்து” வந்துருன்டாரு. நா ஒடனே கடக்குள்ள போயி வெளக்கமாற எடுத்துட்டு வந்துட்டேன். கூட்டி தண்ணிய தெளிச்சுட்டு வாங்கிட்டு வந்தேன்” என்று அவன் சொல்லி முடிப்பதற்குள் அவள் கண்களில் கண்ணீர் வழிந்தது.

“ஏல... லூசு கழுத நாம என்னா இப்டியேவா இருந்துற போறோம். எல்லாஞ் சரியா போகும்ல தூங்கு” என்று கூறினான். இருவரும் மனபாரத்துடன் தகரத்தில் இருந்த ஓட்டை வழியாக தெரிந்த நிலாவை பார்த்துக்கொண்டிருந்தனர்.

எப்போது தூங்கினார்கள் என்று தெரியவில்லை. பக்கத்து வீட்டில் உள்ளவர்களின் பேச்சு சத்தம் கேட்டு விழித்தனர். அவசரமாக எழுந்து கடைக்கு ஓடினான். அரைமணி நேரத்தில் பாலுடன் வந்தான். ஏதாவது செய்யணும் ஆனா என்ன செய்வதென்றே யோசனை வராமல் குழம்பிக்கொண்டே இருந்தாள் பர்வீன். பால் காய்வதற்குள் ஆயிரம் யோசனைகள் வந்து போயின.

அகமது குழந்தைகளை எழுப்பி கொண்டிருந்தான். காய்ந்த பாலை டம்ளரில் ஊற்றிக்கொண்டு பக்கத்தில் வந்து அமர்ந்தாள்.

குழந்தைகளுக்கும் அவனுக்கும் கொடுத்துவிட்டு “ஏங்க ஒரு யோசன. எனக்குக் கடலமிட்டாய் போடத்தெரியும், போட்டு கடைகளுக்கு கொடுக்கலாம். அதுல இருந்து லாவம் வரும். நீங்க எதாவது வேல தேடிப்பாருங்க. எனக்குப் பொருள் மட்டும் வாங்கிக் கொடுத்துட்டா நானே மிட்டாய் ஊத்திருவேன். ரெண்டுபேரும் சேந்து ஏதாவது பண்ணுனாத்தான சரிவரும்” என்றாள் பர்வீன்.

“சரி நா விசாரிக்கிறேன். பணம் கொஞ்சம் எங்கையாவது ஏற்பாடு செய்றேன்” என்றான் அகமது.

அவர்கள் இருந்த காம்பவுண்டு வீட்டிற்கு அருகில் உள்ள வீட்டை குழலாப்பம் வீடு என்பார்கள். பாளையத்தில் எல்லோருடைய வீட்டிலும் இருக்கும் தின்பண்டம். குழந்தை களுக்கு மிகவும் பிடித்த மொறுமொறு பண்டம் என்பதால் வியாபாரமும் நன்கு இருக்கும். முன்பெல்லாம் நூறு ரூபாய்க்கு நூறு குடுப்பார்கள். இப்போது அதனுடைய விலையும் கூடிவிட்டதால் நூறு குழலாப்பம் நூற்றி முப்பத்தைந்தாகக் கூடி விட்டது. எத்தனை வீட்டில் போட்டாலும் இவர்களிடத்தில் அலாதியான ருசிதான். அந்த காம்பவுண்டு வீட்டிலுள்ள பெண்கள் மாவை சவட்டி, உருட்டி, அச்சுவைத்து வெட்டி குழல்போல சுருட்டித் தருவார்கள். அவர்கள் உருட்டு வதற்குத் தகுந்தாற்போல பணம் கிடைக்கும். இதனை வெளியே அகமதுக்காக காந்திருந்த சமயங்களில் கவனித்திருக்கிறாள் பர்வீன்.

‘இன்னும் பதினைந்து நாட்கள்தான இருக்கு நோம்பு பொற பிறக்க’ என்று யோசித்தவாறே காலண்டரை பார்த்துக் கொண்டிருந்தாள். இரவு எட்டுமணி ஆனது. அகமது கடலை, வெல்லம் இரண்டையும் வாங்கி வந்தான்.

“ஏதுங்க பணம். வேல கிடச்சுருச்சா?” என்று ஆவலுடன் கேட்டாள்.

“இல்லல. ராணிக்கா கடைல கடன் சொல்லிட்டு வாங்கிட்டு வந்தேன்” என்றான்.

“சரி நா வேலயப் பாக்குறேன். இப்போ காச்சி ஊத்திட்டா காலைல காஞ்சுரும். பத்துமணி வாக்கில கடைல கேக்கலாம்” என்றாள்.

“ஆமால நாளைக்கு வெள்ளிக்கெழம தொழுக போகனு. அதுக்கு முன்னாடி போய் கேட்டுட்டு வந்துர்றேன்” என்று கைலியை மாற்றிக் கொண்டே பர்வீனிடம் பேசினான்.

ஆரம்பத்தில் கடலை மிட்டாய் வியாபாரம் லாபத் தோடுதான் இருந்தது. பெரிய கடைகள் அடைத்திருந்ததாலும், சின்னச் சின்னக் கடைகளைத் தேடி மிட்டாய் கொடுத்து, காசு வாங்குவது சிரமமானது. தெருக்களில் இருந்த சிறிய கடைகள் சிலநேரம் திறப்பதும், பல நேரம் அடைத்திருந்ததாலும் மிட்டாய் வியா பாரத்தைத் தொடர முடியவில்லை. வாரத்தில் ஒரு நாளோ, இரண்டு வாரங்களுக்கு ஒருமுறையோதான் கடலைமிட்டாய் வியாபாரம் கை கொடுத்தது. மிட்டாய் விற்று கையில் காசு கிடைக்கும்போது அரிசி வாங்கி, சமைத்துச் சாப்பிட்டார்கள். மற்ற நாட்களில் பாலும், பிஸ்கட்டுமே அனைவருக்குமான உணவாக இருந்தது. பள்ளி திறந்திருந்தால் கூட, மதிய உணவு பிள்ளைகளுக்காவது கிடைத்திருக்கும் என்று அகமதுக்கு தோன்றியது.

பதினைந்து நாட்களும் அப்படியும் இப்படியுமாகக் கடந்தன. மறுநாள் நோன்பு வைக்கும் நாள் துவங்கியது. முதல் நோன்பு வெறும் பாலும், பிஸ்கட்டுடன் துவங்கிவிடக்கூடாது என்று அலைந்து திரிந்தான் அகமது. இரவானது என்ன செய்வது என்று தெரியாமல் வழக்கமாக செல்லும் ராணி கடைக்குச் சென்றான்.

“அக்கா அரிசியும் கொஞ்சம் குழம்புக்கு வேணுங்கிற சாமானும் கொடுங்க்கா காசு வந்ததும் தர்றேன். புள்ளைங்க நோம்பு வக்கிதுங்க, அதான்...” என்று கெஞ்சும் தொனியில் கேட்டான் அகமது. அவனது நிலையை புரிந்து குழந்தைகளுக்காகத் தேவையான பொருட்களைக் கொடுத்து அனுப்பினார்.

நோன்பு துவங்கிய சிலநாட்களுக்கு சாப்பிட சோறு கிடைத்தது. பல நாட்களில் பாலும் பிஸ்கட்டும், மாலையில்

நோன்பு கஞ்சி மட்டுமே உணவானது. ஒருசில நாட்களில் நோன்பு கஞ்சி அதிகமாக கிடைத்தால் அதனை சூடுபண்ணி அதிகாலை உணவிற்கும் பயன்படுத்துவாள் பர்வீன். இருபத்து ஐந்தாவது நோன்பு அன்று காலையில் "ம்ம்மா... இன்னக்கும் சஹருக்கு கஞ்சியா? வெறுத்துரும்மா" என்று வாடிய முகத்துடன் மகன் கூறுவதை பார்த்து கோவப்படுவதா இல்லை வேதனைப்படுவதா என்று தெரியாமல் தவித்தான் அகமது.

பர்வீனுக்கு கோவம் வந்தது. "அதுஅதுக இதுகூட இல்லாம பட்டினிய கெடக்குதுக நீ கொழுப்பெடுத்து பேசிட்டு இருக்க" என்று மகனைத் திட்டினாள்.

அமைதியாக இரு என்பதைபோல பர்வீனின் தோள்மீது கைவைத்தான். புரிந்து கொண்டவளாய் அமைதியானாள்.

மதியம் பர்வீனிடம் கேட்டான். "ஏல... புள்ளைகளுக்குத் துணி எடுக்க எம்புட்டுத் தேவப்படும்" என்றான் அகமது.

"ஆயிரம் ரூபாயாவது வேணும். அதோட இந்த மாசம் வீட்டு வாடக குடுக்கணும்" என்றாள் மெதுவான குரலில்.

"ஆமா பர்வீனு இத யோசிச்சுகிட்டே அத மறந்துட்டேன் பாரு. எப்படியாவது புள்ளைகளுக்காவது துணி எடுக்கனும். ஒரு வருசோ விட்டுட்டா, மூணு வருசோ எடுக்க முடியாம போய்டும்" என்று யோசித்தவாறே "எடுத்தர்லாம்" என்று மனதுக்குள் சொல்லிக்கொண்டான் அகமது.

பர்வீனும் அவள் பங்கிற்கு ஏதாவது செய்ய வேண்டும் என்று யோசித்தாள். என்ன செய்வதென்றே புரியவில்லை. அழுகை அழுகையாக வந்தது. "எல்லாத்தையும் படைச்ச அல்லா, இந்த கொரோனாவை ஏன் படைச்சான்..? படைச்சவனுக்கு அத அழிக்கத் தெரியாதா..? ஏந்தே இப்பிடி சோதிக்கிறானோ..?" மனதில் உருவான கேள்விகளை அவசரமாக அழித்தாள் பர்வீன்.

"அஸ்தவ்ஃபிருல்லா. சைத்தாம் பிடிச்ச மனசு. சும்மாவே இருக்காது. அல்லா ஒங்காவ உன் காவல்" என்று மனசுக்குள் சொல்லிக் கொண்டாள்.

பர்வீனை கவனித்துக்கொண்டே குழலை சுருட்டிக் கொண்டிருந்த பக்கத்துவீட்டுப் பெண் ஒருவர் பர்வீனின் அருகில் வந்தார்.

"எல்லாருக்குக் கஷ்டந்தே. அதுக்கு அழுதுட்டு இருந்தா போய்டுமா. நோம்பு நெருங்கிடுச்சு புள்ளைகளுக்கு ஏதாவது செஞ்சு துணிமணி எடுக்கணும்ல. குழலு வேணா சுருட்டி குடுக்குறியா..? அவுகள்ட்ட சொல்லி மாவு வாங்கித்தர்றன்" என்றார்.

"எப்படி சுருட்றதுன்னு தெரியாதேக்கா" என்றாள் பர்வீன்.

"ஆமா. நாங்கள்லாம் இத படிக்க ஸ்கூலுக்கா போனோம். வா எப்டின்னு சொல்றேன். கண்ணு பாத்தா கை செய்யணும்" என்றார் பக்கத்து வீட்டுப் பெண்.

"என்ட்ட அது பரத்துற கட்ட இல்லக்கா, எதுல பறத்துறது" என்றாள் பர்வீன்.

"பப்பட பலகையு, கொலலும் (வட்ட வடிவ மரப்பலகை, ஒரே அகலத்திலிருக்கும் பித்தளை கம்பி) நா தர்றன் என்ட்ட இருக்கு" என்றார்.

பர்வீன் ஆவலுடன் அதனை வாங்கி மாவைத் தேய்க்க துவங்கினாள். நான்கு ஐந்துமுறை தடவும் போதும் ஒரு வடிவத்திற்குள் அவளால் கொண்டுவர முடியவில்லை. மிகவும் மெதுவாக தேய்த்தாள் ஒரு நாளைக்கு அறுபது ரூபாய் அளவே தேய்க்க முடிந்தது. இரண்டு நாட்கள் முடிந்தபிறகு ஓரளவுக்கு அவள் கைதேர்ந்தவள் ஆனாள்.

இருபத்து எட்டாவது நோன்பு முடிந்து இருபத்து ஒன்பது துவங்கியது. அகமது என்ன செய்தும் அவனால் கையில் பணம் சேர்க்க முடியவில்லை. பர்வீன் வீட்டு வேலைகளை முடித்து விட்டு, குழல் அப்பத்தை பரத்துவதற்கு துவங்கினாள். காலையில் அமர்ந்தாள் என்றால் இரவுவரை அதே வேலையை செய்து கொண்டிருப்பாள். இரண்டு தோள் மூட்டு களும், முழங்கை மூட்டுகளும் வலியில் உறைந்து போயிருந்தது. ஆனால் அதெல்லாம் அவளுக்குப் பெரிதாகத் தோன்ற

வில்லை. வெறி பிடித்தவள்போல அதே கவனத்தில் வேலையை செய்து கொண்டிருந்தாள்.

அகமது அங்கும் இங்கும் சுற்றிவிட்டு கடைசியில் கோழிக் கடை காசிமிடம் போனான்.

“டேய்... மாட்டண்டாம்ம எனக்கு ஒரு உதவி செய்டா” என்றான் அகமது.

“என்னாண்டு சொல்லுத்தா. முடிஞ்சா செஞ்சுருவோம்” என்றார் நண்பர்.

“எனக்கு இருபது கோழி வேணு. நாளைக்கு நோம்பு நால எல்லாரும் கறி வாங்குவாங்க. அசல ஒன்ட்ட குடுத்துர்றன். லாபத்த மட்டு நா எடுத்துக்கிறன்” என்றான் அகமது.

“டேய்... ஒனக்கு வெட்ட தெரியுமா? கோழி அறுத்து சுத்தம் பண்றது கஷ்டமான வேல. கத்தி பதமா இருக்கும். அனுபவம் இல்லாம செய்ய முடியாது” என்றார் நண்பர்.

“கொஞ்சம் அனுபவம் இருக்குடா. மதரசாவுல ஓதும்போது மோதி இல்லாதப்ப அறுத்திருக்கன். பக்ரீத்துக்கு ஆடு குர்பானி குடுக்க முடியாதவக கோழி குடுப்பாங்கள்ல துணிக்கட வேலைக்குப் போறதுக்கு முன்னால ரெண்டு மூணு நோம்புல செஞ்சிருக்கன். அல்லா மேல பாரத்த போட்டு செய்யுறன் என்ன நடக்குதோ நடக்கட்டும்” என்றான் கண்ணீர் மல்க அகமது.

“சரிடா காலைல மூணு மணிக்கு வந்துரு” என்றார் நண்பர்.

இரவு பத்து மணியானது. பக்கத்து வீட்டு அக்கா பர்வீனிடம், “இந்தாமா ஒண்ட்ட குடுக்க சொன்னாக” என்று நானூறு ரூபாயைக் கொடுத்தார்.

“அக்கா இத நீங்களே வைங்க நாளைக்கு புள்ளைகளுக்குத் துணி எடுக்கணும். இந்தக் காச வச்சு சட்ட மட்டுமாவது எடுக்க முடியுமாணு பாக்கணும்க்கா. அதுக்குள்ள என்ன வாங்க முடியுமோ அத காலைல வாங்கியாரலாம்க்கா. நீங்க கூட வர்றீங்கலா..?” என்றாள் பர்வீன்.

“சரி கவலப்படாம போய் தூங்கு காலைல போலாம்” என்றார் பக்கத்து வீட்டுப் பெண்.

மணி பன்னிரெண்டைத் தாண்டியது பிள்ளைகளைத் தூங்கவைத்துவிட்டு அகமதிற்காக காத்திருந்தாள். சிறிது நேரத்தில் அகமதும் வீட்டிற்கு வந்தான். அகமது தன் நண்பரிடம் பேசியிருப்பதையும் காலையில் பக்கத்து ஊரில் கோழிக் கறிக்கடை போடப்போவதையும் பர்வீனிடம் கூறினான்.

"காலைல மூணு மணிக்கு போனாத்தே நேரம் சரியா இருக்கும்" என்றான் அகமது.

இரவு இருந்த இரண்டு மணி நேரமும் புரண்டு, புரண்டு கொண்டிருந்தான் அகமது. இரண்டரை மணிக்கே எழுந்து கிளம்பினான். நண்பனிடம் கோழிகளை வாங்கிக்கொண்டு பக்கத்து ஊருக்குச் சென்றான். கறியை வெட்டுவதற்கு சின்னதாக ஒரு கறிக்கட்டையும், கத்தியும் கொடுத்து அனுப்பினான் காசிம். அந்த ஊரில் ஒரு டேபிள் வாடகைக்கு எடுத்து கடையைத் துவங்கினான்.

காலையில் மணி ஒன்பது ஆனது. மீதம் இரண்டு கோழிகளே இருந்தன. அகமதிற்கு முதல் நாளும் சரியாக தூக்கம் இல்லாததால் கைகள் சோர்ந்து போனது. கறியை வெட்டும் போது கை கட்டைவிரலில் கத்தி ஆழமாக வெட்டியது. வலி அதிகமாக இருந்தாலும் அவன் வேலையை நிறுத்தவில்லை. கையை கழுவிவிட்டு தோளில் இருந்த துண்டை கிழித்து கையில் கட்டிக்கொண்டு தொடர்ந்தான். எல்லா கோழிகளும் விற்று முடிந்தது. வாடகைக்கு எடுத்த டேபிளைக் கொடுத்து விட்டு நேராக காசிமின் கோழிக்கடைக்கு சென்றான். அவனிடம் வாங்கிய கோழிகளுக்குப் பணத்தை கொடுத்துவிட்டு மீதமிருந்த பணத்தை எண்ணினான். லாபமாக ஆயிரத்து இருநூறு ரூபாய் இருந்தது. பிள்ளைகளுக்குப் புதுத்துணி எடுக்க கடைக்கு ஓடினான். இருவருக்கும் எடுத்தது போக மீதம் இருநூறு ரூபாய் இருந்தது. இந்த வருடம் நோன்பு தொழுகை கொரோனா காலம் என்பதால் திடலில் இல்லை. அதனால் தனக்குப் புது சட்டையோ கைலியோ தேவையில்லை என்றும், பர்வீனுக்கு மலிவு விலையில் ஒரு சேலை எடுக்கலாமா என்றும் யோசித்தான் அகமது.

அவளுக்கு சேலை எடுப்பதைவிட குடும்பத்தோடு நல்ல சாப்பாடு சாப்பிடுவதையே பர்வீன் விரும்புவாள் என்று தோன்றியது. மீதமிருந்த இருநூறு ரூபாயோடு ராணி அக்கா பலசரக்கு கடைக்குப் சென்றான் அகமது.

"அக்கா அரிசியும், கொஞ்சம் பயறு குழம்புக்குத் தேவையான சாமானும் குடுங்க" என்றான் அகமது.

"கைல என்னா தம்பி? புள்ளைகளுக்குப் புதுத்துணி எடுக்கலையா?" என்று கேட்டுக்கொண்டே அரிசியைக் கட்டினார்.

"ஆமாக்கா செரமப்பட்டு எடுத்துட்டடங்க்கா" என்றான் அகமது.

"இந்தா இதுல அரிசியு, கறிக்குழம்புக்குத் தேவையான ஜாமானு வச்சுருக்கன். பையில இரநூறு ரூவாயும் வச்சுருக்கன். நோம்பு நாளு அதுவுமா பயறு கொழம்பா வப்பாக? புள்ளை களுக்குக் கறிக் கொழம்பு வக்கச் சொல்லு" என்று சிரித்துக் கொண்டே நீட்டினார்.

"இல்லக்கா பணமெல்லாம் வேணாம். என்கிட்ட இரநூறு இருக்கு" என்றான் அகமது.

"சரி அப்படினா இருக்கிற காசுல கறி எடுத்துட்டுப்போ. சாமானுக்கு அப்புறம் குடு."

வீட்டிற்கு வந்ததும் பர்வீனிடம் துணிப்பையையும், கறி, பலசரக்கு பையையும் கொடுத்தான் அகமது. கறிக்கடை லாபத் தையும் ராணி அக்கா பலசரக்குக் கொடுத்ததையும் சொன்னான். அவனிடம் ஒரு துணிப்பையைக் கொடுத்தாள் பர்வீன்.

"ஏதுல..." என்றான் அகமது.

"குழல் அப்பத்துக்குப் பரத்தி குடுத்தேன்ல அதுக்கு நானூறு ரூபா குடுத்தாங்க. அதுல புள்ளைகளுக்குத் துணி எடுத்தேன்" என்றாள் பர்வீன்.

"வேணாம்ணு திருப்பிக் குடுத்திட்டு ஒங்களுக்குச் சட்டை, கைலி ஏதாவது எடுத்திரலாமா..?"

"வேணாம்ல. புள்ளைகளுக்கு ரெட்டை நோம்பா இருக்கட்டும். அதுகளுக்குத்தான் புதுத்துணி போடுறதுல சந்தோசம். நமக்கென்ன காசு வரும்போது எடுத்திக்கிரலாம். இந்தக் கஷ்டத்துலயும் புள்ளைகளுக்கு அல்லா நாடிருக்காம் பாரு."

வீடுமுழுக்க நிறைந்திருந்த மகிழ்ச்சி தகரத்தின் ஓட்டை வழியாக வெளியேறி தெரு முழுவதும் பரவிக்கொண்டிருந்தது.